கருப்பினப் பெண்ணியப் பிரகடனம்

தமிழில்

யாழினி
அரசி
கிருத்திகன்

அணங்கு
பெண்ணியப்பதிப்பகம்

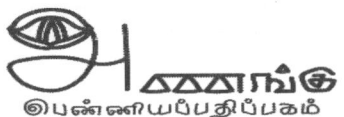

கருப்பினப் பெண்ணியப் பிரகடனம் ○ கட்டுரைகள்
© யாழினி, அரசி, கிருத்திகன்
முதல் பதிப்பு: டிசம்பர் 2017 ○ பக்கம்: 64
வெளியீடு: அணங்கு பெண்ணியப் பதிப்பகம்
3, முருகன் கோவில் தெரு, கணுவாப்பேட்டை, வில்லியனூர், புதுச்சேரி - 605110
email: anangufeministpublication@gmail.com
பேசி: 9968454175, 9599329181

அட்டை வடிவமைப்பு: நரேந்திரன்

அணங்கு வெளியீடு: 10

Karuppinap Penniyap Pirakadanam ○ Essays
© Yalini, Arasi, Kiruthikan
First Edition: December 2017 ○ Pages: 64
Published by: Anangu Feminist Publication
3, Murugankoil Street, Kanuvapet, Villianur, Puducherry - 605110
ph: 9968454175, 9599329181
email: *anangufeministpublication@gmail.com*

Painting: Kara Walker
Wrapper Design: Narendran

ISBN: 978-81-935787-2-8

விலை: ரூ.60

விற்பனை உரிமை - எதிர் வெளியீடு
96, நியூ ஸ்கீம் ரோடு, பொள்ளாச்சி - 642 002
தொலைபேசி: 04259 226012. 99425 11302
www.ethirveliyedu.in

உள்ளடக்கம்

மொழிபெயர்ப்பாளர் குறிப்பு 5

அறிமுகம் 7

சாடிக்கும் மௌடுக்கும் 9
எலிநோர் ஹோல்ம்ஸ் நார்தன்
தமிழில்: யாழினி

கருப்பினப் பெண்களும் விடுதலைக்கான போராட்டமும் 18
மேக்ஸின் வில்லியம்ஸ்
தமிழில்: அரசி

இரட்டை இடையூறுகள்:
கருப்பாயிருத்தலும் பெண்ணாயிருத்தலும் 30
ப்ரான்சஸ் ப்யில்
தமிழில்: யாழினி

கருப்பின இயக்கமும் பெண் விடுதலையும் 47
லின்டா லா ருய்
தமிழில்: கிருத்திகன்

இப்பிரசுரத்தின் ஆங்கில மூலம் மூன்றாமுலகப் பெண்கள் கூட்டமைப்பினால் 1970ல் வெளியிடப்பட்டது.

மொழிபெயர்ப்பாளர் குறிப்பு

கருப்பினப் பெண்ணியப் பிரகடனம் எனும் இப்பிரசுரம் மிகவும் முக்கியமானதொரு வரலாற்று ஆவணம். இதில் குறிப்பிடப் பட்டிருக்கும் பல விடயங்கள் இன்றைக்கும் பொருத்தமானவையாகவே இருக்கின்றன. ஆனால், இந்தப் பிரசுரம் எழுதப்பட்டு, வெளியாகி கிட்டத்தட்ட ஐம்பது வருடங்கள் ஆகின்ற நிலையில், இதில் குறிப்பிடப் பட்டிருக்கும் சில விடயங்கள் காலத்துக்கு ஒவ்வாததாயுமிருப்பதை குறிப்பிட வேண்டிய தாயிருக்கிறது. இந்தக் கால இடைவெளியையும், பொருத்தப்பாடு மற்றும் ஒவ்வாமைகளையும் வாசகருக்கு நினைவுறுத்துவதற்கு இம்மொழி பெயர்ப்பாளர் குறிப்பு அவசியமாகிறதென நினைக்கிறோம்.

இப்பிரசுரம் வெளியாகி கிட்டத்தட்ட ஐம்பது வருடங்களாகின்றன. இதற்கு இடைப்பட்ட காலத்தில் வட அமெரிக்காவில் கருப்பினப் பெண்ணியம் பாரிய மாற்றங்களைச் சந்தித்துள்ளது. Black Queer Feminists என்று தம்மை அடையாளப்படுத்துபவர்களால் ஆரம்பிக்கப்பட்ட Black Lives Matter இயக்கம் இன்று வட அமெரிக்கா முழுவதும் அதி தாக்கம் செலுத்தும் இயக்கமாக வளர்ந்துவிட்டிருக்கிறது. Black Lives Matter இன் Queer Feminism க்கும் இப்பிரசுரத்தின் பெண்ணியப் பிரகடனங்களுக்குமிடையில் உறவுகளும் முரணும் இருக்கலாம். பெண்களும், மாற்றுப் பாலினத்தவரும், இருபாலின, எதிர்பாலீர்ப்பு வரையறைகளுக்குள் தம்மை அடையாளங்காணாதவர்களும் இதுவரை காலமுமான கருப்பின விடுதலை இயக்கங்களில் புறந்தள்ளி வைக்கப்பட்டனரென்றும், அவர்களை முதன்மைப்படுத்துவதுதான் தமது நோக்கமென்றும் Black Lives Matter இயக்கம் எடுத்துரைக்கிறது. கருப்பினப் பெண்ணியத்தின் இம்முன்மாதிரியான வளர்ச்சியைப் பற்றிய உரை யாடல்கள் தமிழ்ப்பரப்பில் பெருமளவில் முன்னெடுக்கப்படவில்லை. ஆதலால், இப்பிரசுரம் பல வருடங்களுக்கு முன்னான கருப்பினப் பெண்ணியத்தின் வரலாற்றுத் தோற்றமொன்றே என்பதை நாம் வலியுறுத்த வேண்டியிருக்கிறது.

பிரசுரத்தில் பல இடங்களிலும் கருப்பின ஆணின் 'வலிமை'யை, 'வீரியத்தை', 'ஆண்மை நீக்கத்தை' எடுத்துக் கூறும் குறிப்புகள் வருகின்றன. ஒரு இடத்தில் 'மென்மையாக்கப்பட்ட வெள்ளையின ஆண்கள் (softened white men)' என்ற குறிப்பும் வருகிறது. ஆண்மை குறித்த இத்தகைய கருத்தாக்கங்களை, சொல்லாடல்களை விட்டு விலகி பெண்ணிய இயக்கம் வெகுதூரம் வந்துவிட்டது. முக்கியமாக, கருப்பின ஆண்மை (black masculinity) என்ற கருத்தாக்கம் எந்தளவு நச்சுத்தன்மையானது, எந்தளவு ஆண் குழந்தைகளில்

இளைஞர்களில் உளவியல் தாக்கத்தைச் செலுத்துகிறதென்றெல்லாம் உரையாடல்கள் நிகழ்ந்துள்ளன. அதிலும் முக்கியமாக, ஆண்மைபெண்மை என்ற இருமைகளுக்குள் தம்மை உணராத தனிமனிதர்கள் மீது இத்தகைய கருத்தாக்கங்கள் பெரும் வன்முறையைச் செலுத்துகின்றன. இப்பிரசுரத்தில் வரும் இதுபோன்ற கருத்தாக்கங்களை, அது எழுதப்பட்ட காலத்தை மனதிற் கொண்டு வாசிப்பதன் அவசியத்தை மீள வலியுறுத்த வேண்டியிருக்கிறது.

கருப்பினக் குடும்பத்தை மீள்கட்டமைத்தல் கருப்பின விடுதலைக்கான முன்நிபந்தனை என்ற நிலைப்பாட்டை இப்பிரசுரம் எடுக்கிறது. இதில் குறிப்பிடப்படும் கருப்பினக் குடும்பம், வழமையான ஆண் பெண் உறவு நிலைகளை அடிப்படையாகக் கொண்ட, எதிர்பாலீர்ப்பை முதன்மைப் படுத்திய குடும்ப அமைப்பே. கருப்பினத்தின் விடுதலைக்கு இத்தகைய குடும்ப அமைப்பை மீள்நிறுவுதல் முக்கிய நிபந்தனையல்லவென்பதை சமகாலத்தைய கருப்பினப் பெண்ணியவாதிகள் ஏற்றுக்கொள்வர்.

அமெரிக்காவின் அடிமை முறைமையைப் பற்றிய இப்பிரசுரத்தில் அமெரிக்கப் பூர்வகுடிகளின் அடிமைத்தனத்தைப் (Indigenous Slavery) பற்றிய எந்தக் குறிப்புமில்லை. அடிமைமுறைமை பற்றிய உரையாடல்களில் பூர்வ குடியினர் விடுபட்டுப் போவதன் அரசியல் பற்றி பலர் அண்மைக்காலங்களில் எழுதியிருக்கின்றனர். பூர்வ குடியினரும் அடிமைகளாக நடத்தப்பட்டனர், கருப்பின அடிமைகளிலும் பார்க்க அவர்கள் தாழ்ந்தவர்களாக கணிப்பிடப் பட்டனர் என்பதையும் நினைவுறுத்தியாக வேண்டியிருக்கிறது. ஒரு கருப்பின அடிமை இரண்டு பூர்வகுடி அடிமைகளுக்குச் சமம் என்ற வகையிலேயே அடிமை வணிகம் அமெரிக்காவில் இடம்பெற்றது என்பதும் கவனத்திற் கொள்ளப்படவேண்டும்.

பிரசுரத்தில் ஒரு இடத்தில் சமூகத்தின் 'totem pole'இல் கருப்பினத்தவர் கடை நிலையில் இருக்கின்றனர் என்ற குறிப்பு வருகிறது. Totem pole பூர்வ குடியினரின் புனிதச் சின்னம். அது அதிகாரப் படிநிலையைப் பிரதிநிதித்துவப் படுத்துவதல்ல. இதனையொத்த பெல் ஹூக்ஸின் குறிப்பொன்றை அமெரிக்காவின் பூர்வ குடியொன்றைச் சேர்ந்த கோட்பாட்டாளரான ஜோடி பேர்ட் தனது Transit of Empire எனும் நூலில் விமர்சித்திருக்கிறார்.

இவற்றையெல்லாம் குறிப்பிடுவது இப்பிரசுரத்தை நிராகரிப்பதற்கல்ல. ஒரு வரலாற்று ஆவணமென்றளவில் இதன் முக்கியத்துவத்தை மறுதலிக்க முடியாது. இது அதன் காலத்தின் சிக்கலைப் பேசுகிறது. ஐம்பது வருடங்களின் பின்னர் இதனை வாசிக்கும்போது, மொழிபெயர்க்கும்போது, எழுந்த சில எண்ணங்களையே இங்கே பதிவுசெய்திருக்கிறோம். இவற்றையெல்லாம் இணைத்துத் தான் அமெரிக்காவின் கருப்பின விடுதலைப் போராட்டத்தின் தற்போதைய நிலையை விளங்கிக்கொள்ள வேண்டியிருக்கிறது.

யாழினி

அறிமுகம்

இனவாதமும் முதலாளியமும் இந்நாட்டில் வாழும் கருப்பின மக்களின் ஆளுமையை சிதைத்து அவர்களது சுய நிர்ணய உரிமையை தூக்கியெறிந்து விட்டிருக்கின்றன. ஆபிரிக்க வழித்தோன்றல்களின் உடலியல் கூறுகள் கருப்பினத்தவரை முதலாளியப் படிநிலையின் கடை நிலையில் பொருத்திவிட பயன்பட்டிருக்கின்றன. ஆகையால், இன்றைய கருப்பினப் பெண்களும் ஆண்களும் உடலியல் கூறுகளைக் கொண்டு பாலியல் படிநிலையை வரையறுக்கவோ, பிரிவினையை வளர்த்தெடுக்கவோ கூடாது. கருப்பின ஆணுக்கு ஆதரவளிப்பதற்கு மட்டுமே கருப்பினப் பெண்ணின் ஆற்றல் பயன்படுத்தப்பட வேண்டும் என்ற பார்வை கருப்பினப் பெண்ணை இன்னொரு மனிதருக்கு சேவை செய்யும் உபகரணமாக மாற்றிவிடும். அவளது ஆற்றல் தேங்கிப்போய், தனதும் ஏனைய கருப்பின மக்களினதும் சுய நிர்ணயத்தை சிந்திக்கவே முடியாத நிலைக்கு அவளைத் தள்ளிவிடும். கருப்பின ஆணின் இருப்பே அவளது இருப்பையும் நிர்ணயிப்பது முறையானதல்ல.

கருப்பினப் பெண் புதிய பெண்நிலை வரையறைகளையும், தாய்வழி மரபின் வில்லத்தனம் மிக்கவளாகவோ, அல்லது குழந்தை பெறும் இயந்திரமாகவோ அல்லாமல், ஒரு பிரஜையாக, தோழமை யாக, நம்பிக்கைக்குரியவளாக தனக்கான அங்கீகாரத்தையும் கோருகிறாள். சமூகவகிபாக ஒருமைப்பாடு என்ற கருத்தாக்கம், ஒருவருக்கொருவர் ஈடுகொடுக்கும், ஒருவரையொருவர் பூர்த்தி செய்யும் ஆண் பெண் என்ற வகிபாகங்களுக்கான அங்கீகாரங் களைக் கோருகிறதேயொழிய, ஒருவரையொருவர் எதிர்த்துப் போட்டியிடும் வகையிலான அங்கீகாரங்களையல்ல.

விடுதலையை நோக்கிய பாதையில் அவர்கள் தமது பொறுப்புக்களைப் பகிர்ந்து கொள்ளும்போது வெவ்வேறு வகிபாகங்களின் ஒருமிப்பு கருப்பினப் பெண்களிலும் ஆண்களிலும் ஒரு பரந்த உள, உணர்வு சார் வளர்ச்சியைத் தூண்டுகிறது. அவர்களில் எவரும் ஒரு குறுகிய வாழ்வியல் அனுபவத்தை

மட்டுமே பெற்றுவிடக் கூடாது. அவர்களில் எவரது சுய நிர்ணய உரிமையும் எதிர்பாலினரின் கட்டுப்பாட்டுக்குள், எதிர்பாலினரால் தீர்மானிக்கப்படுவதாக இருந்துவிடக் கூடாது. அத்தகைய அடிமைத்தனம் எம்மை மனிதர்களாக வாழவிடாது. இந்த இனவாத முதலாளிய அமைப்பின் மிக முக்கிய அங்கமான அத்தகைய அடிமைப் பிணைப்பை கருப்பினப் பெண்களும் ஆண்களும் எதிர்க்கவும் புறந்தள்ளவும் வேண்டும்.

கெயில் லின்ச் {Gayle Lynch}

சாடிக்கும் மௌடுக்கும்

எலிநோர் ஹோல்ம்ஸ் நார்தன் (Eleanor Holmes Norton}

தமிழில்: **யாழினி**

சில விடயங்கள் மிகவும் சிக்கலானவை; எந்த எளிய நுண்ணறிதலுக்கும் இடமளிக்காதவை; ஆகையால், சாதாரணமான வழிகளில் அவற்றைப் பற்றி சிந்தித்து விட முடியாது. கருப்பினப் பெண்களும் அவர்களது எதிர்காலமும் என்னைப் பொருத்தவரை அப்படியொரு சிக்கலான தலைப்பு. அந்தவகையில்தான் புதிதாக வெளிவரத்தொடங்கியுள்ள பெண்கள் பற்றிய (அமெரிக்காவின் வெள்ளையினப் பெண்களுக்கும் வெள்ளையின ஆண்களுக்கு மிடையிலான தனித்துவமான உறவினைப் பற்றிய) இலக்கியம் என்னை அதிகம் ஈர்த்திருக்கிறது. ஆனால் அவற்றைவிடவும் மேலாக கருப்பினக் கவிஞரான *Gwendolyn Brooksன் கவிதைகள் என்னை ஈர்த்திருக்கின்றன. அவர் எனக்காக, என்னைப் பற்றி எழுதுபவர். உதாரணத்துக்கு அவரது "சாடிக்கும் மௌடுக்கும்" என்ற கவிதையை எடுத்துக் கொள்வோம். மிகச் சில வரிகளிலேயே கருப்பினப் பெண்களான எம்மை மிக நெருக்கமாக உணர வைக்கும் ஒரு துயரப் பாடல் அது:

மௌட் கல்லூரிக்குச் சென்றாள்.
சாடியோ வீட்டில் தங்கினாள்.
நெருங்கிய பற்களைக்கொண்ட சீப்பால்
சாடி வாழ்வை வாரினாள்.

எந்தச் சிக்கையும் அவள் விட்டாளில்லை.
ஒவ்வொரு இழையையும் அவளது சீப்பு கண்டது.
நிலமெங்கும் வாழா வாழ்வு வாழ்ந்தவர்களில்
சாடியும் ஒருத்தி.

சாடி இரு குழந்தைகளைப் பெற்றாள்
திருமணமாகாமலே.
மௌடும் அம்மாவும் அப்பாவும்
வெட்கித் தலைகுனிந்தனர்.

சாடியின் இறுதிப் பிரியாவிடையின்போது
அவள் குழந்தைகள் வீட்டை விட்டகன்றிருந்தனர்.
(தனது நெருங்கிய பற்களைக் கொண்ட சீப்பை
பரம்பரைச் சொத்தென விட்டுப் போயிருந்தாள்.)

கல்லூரிக்குப் போன மௌட்,
ஒரு மெல்லிய மண்ணிற எலியைப் போல.
இந்தப் பழைய வீட்டில்
தன்னந்தனியே வாழ்கிறாள்.

சாடியும் மௌடும் சகோதரிகள். தமதேயான வழியில் கருப்பினப் பெண்ணுக்கென வழங்கப்பட்டிருக்கும் வாழ்வை வாழ்பவர்கள். சாடி திருமணமாகாமல் இரண்டு குழந்தைகளைப் பெற்றுக் கொள்கிறாள். ஆனால் திருமணமானபின், கருப்பினக் குடும்பங்களுக் கெதிரான அமெரிக்காவின் போரில் தமது கணவரை இழந்த சாடிகளும் இதற்குள் அடங்குவர். மௌட் கல்லூரிக்குச் சென்றாள். அல்லது, இந்நாட்டில் கருப்பினப் பெண்களுக்கென்று நிர்ணயிக்கப்பட்டிருக்கும் அரைகுறை வாழ்வின் வன்மங்களிலிருந்து தப்பிக்க காலாகாலமாக கருப்பினப் பெண்கள் எங்கே போனார்களோ, அதேயிடத்துக்கு மௌடும் சென்றாள். மெல்லிய மண்ணிற எலியைப் போன்ற மௌட், சாடி அனுபவித்த இடர்களை, அல்லது மகிழ்வை எதிர் கொள்ளாமல் தனியே வாழ்கிறாள்.

இவ்விரு பெண்களின் வேறுபாடுகள் அவர்கள் இருவருக்கும் பொதுவான இடர்பாடுகளை மறைத்துவிட முடியாது. தனிமை, திருப்தியான குடும்ப உறவுகளை அல்லது ஆணுடனான உறவை வளர்த்துக் கொள்ள வாழ்வு இடந்தராமை போன்ற இடர்களை அவர் களிருவரும் எதிர்கொள்கிறார்கள். கருப்பினப் பெண்கள் எதிர் நோக்கும் சிக்கல்கள் இவ்வாறு மெல்ல மெல்ல வெளித்தெரிய ஆரம்பிக்கின்றன. எமது ஆண்களுடன் ஒடுக்குமுறைக்கப் பாற்பட்ட உறவை வளர்த்தெடுக்க நாம் முயற்சிக்க வேண்டும்; அது மட்டுமல்ல, அவர்களுடனான ஒரு புத்தம்புதிய உறவை நாம் உருவாக்க வேண்டும்.

இந்த வகையில், பெரும்பாலான வெள்ளையினப் பெண் புரட்சியாளர்களின் இலக்குகளுடன் ஒப்பிடுகையில் எமது நோக்கம் வேறுபடுகிறது. எமது இலக்குகளும் அவர்களதும் ஒரு பொதுவான பார்வையில் ஒருமித்தவையே. ஆனால் கருப்பினப் பெண்கள் முன்னெடுக்கும் செயற்திட்டம் புரட்சிகரமானதும், அதேவேளை,

இக்கட்டானதுமாகும். காரணம், கருப்பினப் பெண்கள் கருப்பின விடுதலைக்கான போராட்டத்தின் (அதற்கான நேரம் மிக நெருங்கிவிட்டது) பங்குதாரர்களுமாவர். நாளை திடீரென்று பெண்களுக்கு சமத்துவம் கிடைத்து விட்டாலுமே கூட, கருப்பினப் பெண்கள் அப்போதும் இனவாத ஒடுக்குமுறையின் எச்சங்களைச் சுமந்து கொண்டிருப்பர். அமெரிக்காவில், வர்க்க ஒடுக்குமுறையோ பாலின ஒடுக்குமுறையோ செய்திராத கொடுமைகளையெல்லாம் கருப்பினத்தவருக்கெதிரான இனவாத ஒடுக்குமுறை செய்து விட்டிருக்கிறது. அது ஒட்டுமொத்த இனத்தையும் அவர்களது பண்பாட்டையும் அழித்துவிட்டிருக்கிறது. இதன் வித்தியாசம் சுரண்டலுக்கும் அடிமைத்தனத்துக்குமிடையிலானது. சுரண்டல் எப்போதும் அடிமைத்தனத்தின் கீழ்நிலைகளுக்கு இறங்குவதில்லை. ஆனால், அடிமைத்தனம் சுரண்டல்களின் அதியுச்ச எல்லைகளை (அதற்கு மேலாலும்) மீறுவது.

அதனால்தான் கருப்பினப் பெண்கள் தமது தனித்துவமான அடிமைநிலையை மறந்துவிடக் கூடாது, மறந்துவிடவும் முடியாது. அவர்கள் பெண்கள் அந்தச் சொற்பிரயோகம் எவற்றையெல்லாம் அர்த்தப்படுத்துகிறதோ அவற்றையெல்லாம் பிரதிநிதித்துவப்படுத்து பவர்கள். அவர்களில் சிலர், பராமரிப்புப் பாத்திரத்தை வலுக் கட்டாயமாக ஏற்க வேண்டி நேர்ந்ததாலோ, அல்லது கருப்பினப் பெண்ணாயிருப்பதன் தயக்கத்தினாலோ தமது விடுதலையை வளர்த்தெடுக்க முயற்சிக்காவிடில், இன்றைய கருப்பினப் பெண்கள் விடுதலையடைந்தவர்கள் என்ற முடிவுக்கு நாம் வர முடியாது. அவர்கள் காதலிலிருந்து, குடும்ப வாழ்விலிருந்து, அர்த்தமுள்ள உழைப்பிலிருந்து, ஒரு சராசரி இருப்புக்குத் தேவையான அடிப்படை வசதிகள், தேவைகளிலிருந்து மட்டுமே “விடுதலையடைந்தவர்கள்”. அத்தகைய தாய்வழி மரபின் முறையில் அதிகாரமோ திருப்தியோ இல்லை. தான் பாதிக்கப்பட்டவரென்ற கசப்பான அறிதல் மட்டுமே அங்கே எஞ்சியிருக்கும்.

தாய்வழி மரபு என்ற முன்முடிவு கொண்ட சித்திரம் இன்னமும் சில கருப்பின ஆண்களுக்கு பிடித்திருக்கிறது. அவ்வாறான ஒரு எதிர்ப்பு தமது போராட்டத்தை எந்தளவு சிதைக்கக் கூடுமென விரக்தியின் விளிம்பில் அவர்கள் உடனடியாக உணர்வதில்லை. வெள்ளையின ஒடுக்குமுறையாளனை கருப்பினப்பெண்ணுடனான தனது பொறுப்புக் கூறலில் பங்கெடுக்கக் கோருவது பித்தேயன்றி வேறல்ல. இது புவர்ட்டோ ரீக்கோவிலிருந்து வரும் குடி வரவாளர்கள் தமது தொழில்களைப் பிடுங்கிக் கொள்கிறார்களென கருப்பினத்தவர்கள் குறைகூறுவதற்குச் சமமானது. இத்தகைய

குறைகூறல் தொழில்வாய்ப்புகளை உருவாக்குவதற்கும், வழங்குவதற்குமான அழுத்தங்களிலிருந்து அரசாங்கத்தை விடுவிக்கிறது. உண்மையான எதிரியைக் கண்டறியத் தவறுதல் ஒரு புரட்சியாளருக்குப் பொருத்தமானதல்ல என்பதை நூற்றுக்கணக்கான வருடங்களுக்குப் பிறகேனும் கருப்பின ஆண்கள் உணர்ந்து கொண்டிருக்கிறார்கள்.

கருப்பினக் குடும்ப மீளுருவாக்கத்துனூடாக எமது சிக்கல்கள் ஆரம்பிக்க மட்டுமே செய்கின்றன. பல தலைமுறைகளுக்குப் பின்னர் கருப்பின ஆண்கள் கௌரவமான தொழில்களில் தம்மை இணைத்துக்கொள்கையில் கருப்பினப் பெண்கள் என்ன செய்வர்? வெள்ளையினச் சமூகத்தின் பல்வேறு விழுமியங்களையும் மறுத்த பின்னர், அவர்களது பெண் மற்றும் குடும்பம் பற்றிய பார்வைகளை மட்டும் கருப்பினத்தவர் தூக்கிப் பிடிப்பதா? வெள்ளையினக் குடும்பம் பல்வேறு முரண்களை எதிர்நோக்கிக் கொண் டிருக்கையில், வெள்ளையினப் பெண்கள் தமது வகிபாகங்கள் பற்றிய கடும் விசனத்தை வெளிப்படுத்திக் கொண்டிருக்கையில் கருப்பினப் பெண்கள் அதே குழப்பமான/ பிரச்சனைக்குரிய முன்மாதிரிகளை கேள்விகளின்றி ஏற்றுக்கொள்வதா? தமது பாதுகாப்பின்மைகளை வெள்ளையினப் பெண்ணின் குடும்ப மெனும் புழுக்கூட்டுக்காக பரிமாற்றிக் கொள்வதா? அந்த அமைப்பு வெள்ளையினப் பெண்களுக்கு வழங்கியதை விட மேலான சேவையை எமக்கு வழங்கிவிட முடியுமா? அது எந்தளவு கருப்பின ஆண்களுக்கு சேவை செய்துவிட முடியும்?

மோசமான வரலாற்றை மீளுருவாக்க வேண்டிய எந்தத் தேவையுமில்லை. இறுக மூடப்பட்ட கதவுகளின் பின், வீடே உலகமாக, குழந்தைகளே நண்பர்களாக, கணவனே தொழில் வழங்குநராக இருக்கும் வெள்ளையினப் பெண்ணின் சுகபோகங்கள் பற்றி பொறாமை கொள்ள வேண்டியதில்லை. சாடியும் மௌடும் தமது “நெருங்கிய பற்களைக் கொண்ட சீப்பை” அல்லது “பழைய வீட்டை” வெள்ளையினப் பெண்களே தற்போது வேண்டாமென்று புறந்தள்ளும் வெற்றுப் புதையல்களுக்காக பரிமாற்றிக் கொண்டால் கருப்பினப் பெண்கள் எதையும் சாதித்து விடப் போவதில்லை.

கருப்பினத்தவர்களான எமக்கு இதுவொரு தக்க சந்தர்ப்பம். இந்நாட்டுக்கு வந்த ஐரோப்பியர் இந்நிலத்தவர்களால் ஏற்றுக்கொள்ளப்பட மிகச் சிரமப்பட்டனர், ஆனால் அதில் வெற்றிபெற்றனர். அவர்கள் சில சமயங்களில் அமெரிக்காவை நல்ல விதமாகவோ மோசமான முறையிலோ மாற்ற முற்பட்டனர். ஆனால்

பெரும்பாலும் அதனை அதன் போக்கில் ஏற்றுக்கொண்டனர். அது தங்களை மாற்றுமென நம்பினர். கருப்பினத்தவர்களும் அதே செயன்முறையை அதே போலவே தலைமுறை தலைமுறையாக மீளச்செய்தனர். இன்று, வேறெந்த நிபந்தனைகளுக்குக் கீழ்ப்படியவும், அதற்காக எந்த விலையைக் கொடுக்கவும் தயாரில்லாத நாம் உண்மையான வெளியாட்களாக நிற்கிறோம். இனவாத வெளியகற்றல் எதிர்பாராத விளைவுகளைக் கொண்டுவந்துள்ளது. இக்கரைக்கு வந்து சேர்ந்த இனக்குழுக்களில் முற்றுமுழுதான அமெரிக்கமயப் படுதலை, அதன் அதிகாரப் படிநிலைகளை உள்வாங்குதலை பிரக்ஞைபூர்வமாக தவிர்க்கும் வாய்ப்பைப் பெற்றவர்கள் நாங்கள் மட்டுமாகத்தான் இருக்கவேண்டும். அமெரிக்காவின் விழுமியங் களைத் தவிர்த்து முன்னேறும் கருப்பினத்தவரின் சமத்துவத்துக்கான பாதையில், அமெரிக்கக் குடும்ப அமைப்பையும் பெண்களை நடாத்தும் முறையையும் புறந்தள்ளுவதை விட கருப்பினத்தவருக்கு சிறந்த தெரிவு இருக்கமுடியாது.

கருப்பினக் குடும்ப முறைமை சிதைக்கப்பட்டுவிட்ட அமெரிக்க சூழலில், கருப்பினத்தவர் தமது குடும்ப அமைப்பை மீளுருவாக்க வேண்டுமே தவிர, அமெரிக்கரின் முறையை பிரதியெடுக்கக் கூடாது. இச்செயற்பாடு கருப்பின விடுதலைக்கு மிக முக்கியமானது. அமெரிக்காவின் அடிமைமுறையினால் சிதைக்கப்பட்ட எமது ஆபிரிக்க மரபு வழிவந்த உறுதியான குடும்ப அலகை நாம் மீளுருவாக்காவிட்டால், கருப்பின ஆண் தனது வரலாற்று வலிமைக்கு மீள்திரும்ப முடியாது. இதுவே இன்றைய கருப்பினப் போராட்டத்தின் முதன்மைப் பணி. ஆனால் கருப்பினக் குடும்பத்தின் முதன்மை உறுப்பினர்கள் அரதப் பழைய வெள்ளையினக் குடும்ப அலகைப் பிரதியெடுக்கும் பணியை மும்முரமாக முன்னெடுப்பார்களேயானால் கருப்பினக் குடும்பத்தை மீளுருவாக்குவதென்பது சாத்தியமற்றது. தோற்றுக்கொண்டிருக்கும் வெள்ளையினக் குடும்ப நாடகத்தின் பாத்திரங்கள் எமக்கு நேரெதிரான பாதையிலேயே பயணித்துக் கொண்டிருக்கிறார்கள். கட்டற்ற பொருளாதாரப் பாதுகாப்பைத் தேடும் பயணத்தில் வெள்ளையின ஆண்கள் தமது ஆன்மாவை விற்றுவிட்டிருக் கிறார்கள். மனைவியினதும் குடும்பத்தினதும் பொருளாதாரத் தேவைகளே வாழ்வின் விழுமியங்களையும் இலக்குகளையும் நிர்ணயிக்கும் ஒரு ஆண்மைநீக்கச் செயற்பாட்டில் தம்மை ஈடுபடுத்தியுள்ளார்கள். அவர்களது நன்றியற்ற மனைவிமார், இவ்வாழ்வின் வசதிகளை அனுபவித்தபடியே, இத்தகைய வாழ்வு எத்தனை மோசடிமிக்கது என்பதனையும் கவனிக்கத் தொடங்கி

கருப்பினப் பெண்ணியப் பிரகடனம்

விட்டார்கள். அவர்களை விடவும் நன்றியற்ற அவர்களது குழந்தைகள் இவ்வாழ்வு குறித்து நிற்கும், உருவாக்கும் அனைத்தையும் கசந்த நிராகரிப்புடன் எதிர்கொள்கிறார்கள். அமெரிக்காவின் இன்றைய வெள்ளையினக் குடும்ப வாழ்வு எவ்வகையிலும் கருப்பினத் தவருக்கான முன்மாதிரியல்ல. வெள்ளையினக் குடும்ப அமைப்பு சிதைவடைந்து கொண்டிருக்கும் இத்தருணத்தில் நாம் கருப்பினக் குடும்ப அலகை மீளுருவாக்கியாக வேண்டும். வெள்ளையினக் குடும்ப அமைப்பு அதன் மென்மையான ஆண்களும், வெறுப்படைந்த பெண்களும், சினம் பொங்கும் குழந்தைகளுமென ஒரு முற்று முழுதான சீர்குலைவைச் சந்தித்துள்ளது.

ஆனால் இத்தகைய வாழ்வின் சில ஈர்ப்பான தன்மைகள் கருப்பினத்தவரை சபலப்படுத்தும் ஆற்றலற்றவையென்றோ, பரிகாசமூட்டும் அழிவுக்குள் அவர்களைத் தள்ளிவிடாதென்றோ நம்புவது வெகுளித்தனம். அவ்வாழ்வு அதற்கான அத்தனை மூலப்பொருட்களையும் கொண்டிருக்கிறது. முடிவேயின்றி எம்மிடமிருந்து நழுவிக் கொண்டிருக்கும் பொருளாதாரப் பாதுகாப்பெனும் இலக்கைத் தேடி அலைந்து கொண்டிருக்கும் மனிதர்கள் நாம். மற்றைய அனைத்துக் குழுவினரும் கொழுத்துக் கொண்டிருக்கும் நாட்டில், 350 வருடங்களாக மிக இழிந்த ஏழ்மையில் வாழ்ந்தவர்களுக்கு வெள்ளையினக் குடும்ப வாழ்வின் வலி இதுவரைகாலமும் நாங்கள் அனுபவித்திருந்த மற்றைய சித்திரவதைகளுடன் ஒப்பிடுகையில் பொறுத்துக்கொள்ளக் கூடியதே. அடிமைப் படிநிலையைப் பேணுவதற்காக திட்டமிட்ட முறையில் ஆண்மைநீக்கம் செய்யப்பட்ட எமது ஆண்கள், தாம் பொருளாதாரத் தலைமையேற்கக்கூடிய ஒரு குடும்ப அமைப்பை நோக்கி மிக இலகுவாக ஈர்க்கப்படுவர். அதன் உண்மையான தலைவர்களாக தம்மை உணரத்தலைப்படுவர். பல தசாப்தங் களாகத் தொடரும் துன்பங்களிலிருந்து எம்மை விடுவிக்கும் அவசரத்தில் எத்தனையோ அமெரிக்கர்கள் எமக்கு முன்னே பயணித்த பயனற்றுப்போன பாதையில் நாமும் இறங்கிவிடக்கூடும்.

கருப்பினப் பெண் குறித்த எமது கருத்துருவாக்கத்தை மீள்பரிசீலிப்பதே இந்த அழிவைத் தவிர்ப்பதற்கான சிறந்த அல்லது ஒரே வழி. கருப்பின ஆணுக்கான மிக முக்கியமான செயற்றிட்டங்கள் அவன் முன்னே கிடத்தப்பட்டிருக்கின்றன. கருப்பினப் பெண்ணின் எதிர்கால வகிபாகமே தற்போது சிக்கலுக் குரியதாகிறது. அவள் என்னவாக மாற அனுமதிக்கப்படுகிறாளோ, அது அவளது எதிர்காலத்தை மட்டுமல்ல, கருப்பினக்

குடும்பத்தினதும் அதன் அங்கத்தவர்களினதும் விதியைக் கூட வடிவமைக்கும்.

அவள் தற்போதைய வெள்ளையின முன்மாதிரியை பின்பற்ற நிர்ப்பந்திக்கப்பட்டால் Brooks விபரிக்கும் "வெற்றுப் பெண்"ணின் எதிர்காலமே அவளுக்கும் வாய்க்கக் கூடும்.

"வெற்றுப் பெண்ணிடம் தொப்பிகள் இருந்தன
காட்டித் திரிவதற்கு. இறகுகளுடன். மெருகூட்டப்பட்ட
அலைபோன்ற கூந்தல் கொண்டவள்.
பூனைகளின் அன்பை விழைந்தாள்."

பல்லாண்டு கால அடிமைத்தனத்திலிருந்து எம்மை விடுவித்து புத்தம்புதிய சுதந்திர உலகொன்றை நோக்கி எம்மை வழிநடத்துவதே கருப்பின விடுதலைப் போராட்டத்தின் நோக்கமென்றால், அதன் கனம்மிக்க பொறுப்புகளை சுமப்பதற்கு அவள் பொருத்த மானவளல்ல.

எது எவ்வாறிருந்தாலும், ஆணதிகாரமும் பெண்ணடிமைத் தனமும் மேலோங்கும் குடும்ப அமைப்புக்கு மீள் திரும்புவதற்கான காலம் தற்போது கடந்துவிட்டது. அதுவும் இந்நாட்டில், அவ்வாறான குடும்பப் பாத்திரங்களைத் தக்கவைக்கக் கூடிய வாழ்வுமுறைகள் வேகமாக மறைந்துகொண்டிருக்கின்றன. வரலாற்று ரீதியாக பெண்ணுக்கான இடம் வீட்டில் தான் இருந்ததென்றால், அதற்கான காரணம் அங்கே செய்வதற்கு அவளுக்குப் பல வேலைகளிருந்தன. அத்துடன் குழந்தைகளின் பொறுப்பாளர் என்ற வகையில் அக்கடமைகளை அவள் நிறைவேற்றுவதும் இயல்பாகவே யிருந்தது. ஆனால் இன்றோ, அங்கே செய்வதற்கு முன்னர் போல பல வேலைகளில்லை, அத்தனை குழந்தைகளுமில்லை. தொழினுட்பமும் பல வீட்டுபகரணங்களும் வீட்டுவேலையை பகுதிநேர வேலையாக மாற்றிவிட்டிருப்பதால், கோடிக்கணக்கான பெண்கள் வேறு விடயங்களில் ஈடுபடுவதற்கான வாய்ப்பு கிட்டியிருக்கிறது. அதிகரித்து வரும் கர்ப்பத்தடை வழிமுறைகள் முன்னொரு காலத்தில் தவிர்க்க முடியாததாயிருந்த, தேவையற்ற குழந்தைப்பேற்றிலிருந்து பெண்களை விடுவித்திருக்கின்றன. வீட்டுவேலை மற்றும் குழந்தைபேற்றிலிருந்தான விடுதலை, தற்போது எதிர்வுகூறமுடியாத, இன்னும் பல விதமான எதிரொலிகளை குடும்ப அமைப்பினுள் ஏற்படுத்தக்கூடும்.

இருந்தும், பெண்களின் புதிய வகிபாகங்கள் குடும்பமெனும்

நிறுவனத்தினுள் பாரிய மாற்றங்களை ஏற்படுத்துமென்பது மட்டும் உறுதி. உலகில் சனத்தொகை பெருகியபடியிருக்க, கர்ப்பத்தடை வழிமுறைகளும் அதிகரித்தபடியிருக்க, தாமும் குழந்தைகளைப் பெறுவது புத்திசாலித்தனமானதா இல்லையா என பல இணைகளும் சிந்திக்கத் தொடங்குவர். பெரும்பாலானோர் எப்படியும் குழந்தைகளைப் பெற்றுக்கொள்ளவே விரும்புவர் என்றாலும், குழந்தைப்பேறென்பது பெருமிதமான விடயமாகவோ, பல குழந்தைகளைப் பெறுவது புத்திசாலித்தனமானதாகவோ இனிவரும் காலங்களில் கருதப்படமாட்டாது. இதுவரைகாலமும் திருமணத்துக்கான முதன்மைக் காரணியாக குழந்தைகளே இருந்து வந்தனர். குழந்தைப்பேறு முதன்மைப்படுத்தப்படாத ஒரு சூழலில் திருமணங்கள் தமதேயான நியாயங்களுடன் நிலைத்திருக்க வேண்டி நேரும். நிலைத்து நிற்கத் தகுதியான சிறந்த குணாதிசயங்களைக் கொண்டிருக்கின்றன என்ற ஒரே காரணத்தால் திருமணங்கள் தொடர வேண்டி நேரும். இத்தகையதொரு நிலையை திருமணமென்ற நிறுவனம் முன்னரெப்போதும் எதிர்கொண்டதில்லை. திருமணமென்ற அமைப்பு அப்படியான சிறந்த குணாதிசயங்களை வளர்த்தெடுக்க வேண்டுமானால் பெண் துணைவர் இதுவரைகாலமும் செய்துகொண்டிருந்தவற்றை விடுத்து புதிய கடமைகளைத் தேட வேண்டும். கருப்பினத்தவரோ, வெள்ளையினத்தவரோ, அமெரிக்கப் பெண்கள் தங்களைக் கண்டடைவதற்கு வீட்டை விட்டு வெளியே தேடத் தொடங்க வேண்டும். இதுவரைகாலமும் ஆண்களுக்கேயென்று ஒதுக்கி வைக்கப்பட்ட விடயங்களைச் செய்வதற்கும் அவற்றைப் பற்றி சிந்திப்பதற்கும் இது அவர்களை சந்தேகத்திற்கிடமின்றி தூண்டும். வேறுவழியின்றி, பெண்கள் புதிய இலக்குகளையும் புதிய தகுதிகளையும் கண்டடைவர்.

கருப்பினத்தவர்களான நாம் நீண்ட காலம் தாமதித்திருந்த குடும்ப உருவாக்கச் செயன்முறையை இந்த வரலாற்றுத் தருணத்தில் முன்னெடுத்திருக்கிறோம். குடும்ப நிறுவனம் அமெரிக்காவில் சிதைந்துகொண்டிருக்கும் தருணத்தில் நாம் இந்த முக்கிய இலக்கை நோக்கி நகர்ந்துகொண்டிருக்கிறோம். இதுவொரு நற்பேறு. இரண்டாம் உலகப்போரைத் தொடர்ந்த சில வருடங்களில் நாம் இப்பணியை மேற்கொண்டிருந்தோமானால், வெள்ளையினக் குடும்பங்கள், அதிலும் முக்கியமாக வெள்ளையினப் பெண்கள் சிக்கிக்கொண்ட அதே பொறியில் நாமும் சிக்குண்டிருப்போம்.

ஆண்களுக்கும் பெண்களுக்குமிடையே புதிய உறவுகளை வடிவமைக்கும் பணியை முன்னெடுப்பதற்கான வாய்ப்பு

எமக்கிருக்கிறது. இதுவரைகாலமும் இருந்ததைப் போல சிறைப்படுத்தும் அனுபவமாக இல்லாமல், ஒரு விடுதலை அனுபவமாக குடும்ப வாழ்வை வடிவமைக்கும் வாய்ப்பு எமக்கிருக்கிறது.

பெண்ணையும், அவளுடன் சேர்த்து எம்மனைவரையும் விடுவிக்கும் வாய்ப்பு எமக்கிருக்கிறது.

---

*Gwendolyn Brooks, Selected Poems, Harper & Row, N.Y. 1963.

கருப்பின பெண்களும் விடுதலைக்கான போராட்டமும்

மேக்ஸின் வில்லியம்ஸ் (Maxine Williams)

தமிழில்: அரசி

அறுபதுகளின் ஆரம்பத்தில், சமூக விஞ்ஞானிகள் கறுப்பினத்தவரின் குடும்ப அமைப்பைப் பற்றி அதிகளவில் அக்கறைப்பட ஆரம்பித்தார்கள். வேலையின்மையும் "குற்றச்" செயல்களும் கறுப்பினத்தவரிடையே அதிகரித்துக்கொண்டிருந்த இந்த வேளையில் இந்த "விஞ்ஞானி"களில் சிலர் கறுப்பின சமூகத்தின் பிரச்சனைகளுக்கான காரணம் கறுப்பினத்தவரின் குடும்ப அமைப்புத்தான் என்று முடிவு கட்டிவிட்டார்கள். கறுப்பினத்தவர் "சாதாரணமா"னதை விட விலகி இருந்ததால் அதிக பெண்கள் தலைமையிலான குடும்பங்கள், அதிகளவான வேலையின்மை, அதிகளவான பாடசாலை இடைநிறுத்தம் போன்றன இந்த போலி விஞ்ஞானிகள் இப்பிரச்சனைகளைத் தீர்ப்பதற்கான வழி அமெரிக்க ஆணாதிக்க முறைப்படியான, நிலையான ஒரு கறுப்பினக் குடும்பத்தைக் கட்டியெழுப்புவது தான் என்று வாதிட்டார்கள்.

1965 இல் அமெரிக்க அரசாங்கம் "நீக்ரொ குடும்பம் தேசிய செயற்பாட்டுக்கான தேவை" (The Negro Family- The Case for National Action) என்ற பிரசுரத்தை வெளியிட்டது. அதை எழுதிய அமெரிக்கத் தொழிலாளர் திணைக்களம் பின்வருமாறு கூறியது: "அடிப்படையில், நீக்ரோ குடும்பமானது ஒரு தாய்வழி அமைப்புக்குள் தள்ளப்பட்டுள்ளது. இது மற்ற அமெரிக்க சமூகத்திடம் இருந்து மிகவும் மாறுபட்ட முறை என்பதால் முழுக் குழுவினதும் வளர்ச்சியையும் வளம் குன்றச் செய்கிறது." இந்தக் கோட்பாட்டின்படி, அடிமை முறையானது கறுப்பினக் குடும்பத்தைச் சிதைத்து கறுப்பினப் பெண் "ஆதிக்கம்"செலுத்தும் தாய்வழி அமைப்பின் உருவாக்கத்துக்கு காரணமாகியிருக்கிறது. இதனால் கறுப்பின ஆணின் ஆண்மை நீக்கத்துக்கு இந்த தாய்வழி அமைப்பு பொறுப்பாகிறது. அதாவது, இவர்களைப் பொறுத்தவரை, கறுப்பின மக்களின் ஒடுக்குமுறை, பகுதியளவில் அதனால் முக்கியமாகப் பாதிக்கப்பட்ட கறுப்பினப் பெண்களாலேயே உருவாக்கப்படுகிறது.

இந்தக் கட்டுக்கதை பரவலான செல்வாக்கைப் பெற்று இன்று வரை கறுப்பின சமூகத்தில் பரவலாக நம்பப்படுகிறது. நாங்கள் இதற்கெதிராகப் போராடி உண்மையை வெளிப்படுத்த வெண்டும். இந்தக் கோட்பாடு எவ்வளவு தவறானது என்பதை அறிய "கறுப்பினப் பெண்களின்" உண்மை நிலைமையயும் வரலாற்றையும் பார்ப்போம்.

அடிமை முறையின் கீழ், அமெரிக்க நிலத்தில் வந்திறங்கிய போது ஆப்பிரிக்க சமூக ஒழுங்கு உடைந்து விடுகிறது. ஒரு குடியைச் சேர்ந்தோர் பிரிக்கப்பட்டு வெவ்வேறு தோட்டங்களுக்கு அனுப்பப்படுகின்றனர். சமூகத்திலிருந்து முறைப்படி பிரிக்கப்படும் நிலைக்கும் புதிய கலாசாரத்துக்கும் மொழிக்கும் பழக வேண்டிய நிலைக்கும் அடிமைகள் உள்ளானார்கள். கறுப்பினப் பெண்களை விட மிக அதிக அளவில் கறுப்பின ஆண்கள் இருந்தார்கள். ஈ.எப். ப்ரேசியர் (E.F Frazier) என்னும் சமூக விஞ்ஞானி "அமெரிக்காவில் நீக்ரோ குடும்பம்" (The Negro Family in the U.S.) என்கிற தனது நூலில், இந்த நிலை ஒப்பந்தக் கூலிகளாயிருந்த வெள்ளையினப் பெண்களுக்கும் கறுப்பு அடிமைகளுக்கும் இடையிலான பல பாலியல் உறவுகள் ஏற்படக் காரணமாயிற்று என்கிறார்.

இந்தக் காலத்துக்கு முன்னர், அடிமைச் சொந்தக்காரரின் தோட்டங்களுக்கு மேலதிக ஊழிய வளம் கிடைப்பதற்காக கறுப்பு ஆண்கள் வெள்ளைப் பெண்களைத் திருமணம் செய்வதற்கு ஊக்குவிக்கப்பட்டார்கள். சில வேலைகளில் கறுப்பின ஆண்கள் தமக்குப் பிடித்த துணையைத் தெரிவு செய்யவும் முடியுமாயிருந்தது. ஆனால், கறுப்பினப் பெண்ணுக்கு தனது துணையைத் தெரிவு செய்ய மிகச்சொற்பமான வசதியே இருந்தது. ஆணாதிக்க சமூகத்தில் அவள் வெறும் இனப்பெருக்க உபகரணமாக மாறினாள். கறுப்பின ஆண்கள் சங்கிலிகளால் பிணைக்கப்பட்டு அடையாளப்படுத்தப் பட்டது போலவே, அவளுக்கும் நடந்தது. அடிமைக் கப்பல்களில் அம்மணமாகப் படுத்திருந்தபடி எரிக்கும் சூரியனின் கீழ் சில கறுப்பினப் பெண்கள் குழந்தைகளைப் பிரசவித்தார்கள்.

கறுப்பினப் பெண்ணால் எவ்வளவு முடியுமோ அவ்வளவு குழந்தைகளையும் அவள் பெற்றுக்கொள்வதில் பொருளாதர நலன்களும் அடங்கியிருந்தன. குழந்தை பிறந்ததும் அதற்குப் பாலூட்டவோ அதனை அணைத்து வைத்திருக்கவோ அடிமை உரிமையாளரின் விருப்பம் இருந்தால் மட்டுமே அனுமதி கிடைத்தது. கறுப்பினப் பெண்கள் குழந்தைகளைத் தம்மிடமிருந்து

பிரிப்பதையும் ஏலத்தில் விடப்படுவதையும் சாட்டையடி வாங்கிய போதும் பெருமளவில் எதிர்த்த சம்பவங்கள் நடைபெற்றுள்ளன. சில சமயங்களில் கறுப்பினப் பெண்கள் தமது குழந்தைகளை அடிமை முறைக்குப் பலியிடுவதைத் தடுப்பதற்காக அவற்றைத் தாமே கொன்றனர்.

எஜமானின் வீடு

அடிமை உடமையாளரின் பிள்ளைகளைக் கவனிக்கும் பொறுப்பு கறுப்பினப் பெண்ணுக்கு இருந்ததால் அவள் அந்த வீட்டில் முக்கிய அங்கமாக இருந்தாள் என்று சொல்லும் சிலர் இருக்கின்றனர். அதைவிட உண்மைக்குத் தூரமான ஒன்று இருக்க முடியாது. கறுப்பினப் பெண் எஜமானின் வீட்டில் மிகவும் சுரண்டப்படும் "உறுப்பினராக"ஆகிவிடுகிறாள். அவள் நிலத்தை கழுவுதல், பாத்திரபண்டம் கழுவிதல், பிள்ளை பராமரித்தல் ஆகிய வேலைகளைச் செய்வதுடன் வீட்டுக்காரியின் கணவரின் காம அணுகல்களுக்கும் ஆட்படுகிறாள். ஊதியமில்லாது வீட்டு வேலைக்காரியாகிறாள். ஆனால், வெளியேயும் வேலை செய்கிறாள். இன்று கூட, கறுப்பினப் பெண்கள் குறைந்த ஊதியத்துடன் வீட்டு வேலைக்காரிகளாக இருக்கின்றனர். W.E.B DuBois அவரது "The Servant in the House" என்னும் கட்டுரையில் பினவருமாறு குறிப்பிடுகிறார்: "அவர்கள் செய்த வேலைக்கான தனிமனித அவமரியாதை மிக அதிகமாக இருந்தது. எந்த ஒரு மரியாதைக்குரிய வெள்ளையின மனிதனும் தனது மகளுக்கு அப்படி ஒரு விதி நேருமென்றால் அதைவிட அவளது கழுத்தை வெட்டிவிடுவது மேல் என எண்ணுவான்."

இந்த வகையில் தான் கறுப்பினப் பெண்ணுக்கு "மாம்மி"என்கிற ஒரு படிமம் உதித்தது (மொழிபெயர்ப்பாளர் குறிப்பு: Mammy என்கிற சொல் வெள்ளையினக் குழந்தைகளைப் பராமரிக்கும் கறுப்பினப் பெண்ணைக் குறிக்கும் ஒரு இழி சொல்). இந்த அடையாளம் ஆழப் பதிந்திருந்து இன்றுவரை அதன் தாக்கத்தைச் செலுத்துகிறது. மிக அண்மைக்காலம் வரை வெகுசன ஊடகங்கள் கறுப்பினப் பெண்ணை 200 பவுண்டு எடையுடன், மார்பில் குழந்தையொன்றை அணைத்தபடி அல்லது தலையில் துணி ஒன்றைச் சுற்றிக்கட்டி நிலத்தைத் துடைத்துக்கொண்டு இருக்கும் ஒரு காட்சியாக வெளிப்படுத்துவதற்கு துணை போயின. இப்படித் தலை நிலம் நோக்கியும் பின்புறம் கூரை நோக்கியும் இருக்கும்படி தொடர்ச்சியாக சித்தரிக்கப்படும் அவளுக்கு ஏதாவது மேலாதிக்கம்

செலுத்தும் பாத்திரம் ஒன்று இருக்குமென்று நினைப்பதே நகைப்புக்குரியது. பொதுவாக எல்லோரும் நினைப்பது போல், எல்லாக் கறுப்பினப் பெண்களும் வெள்ளையின ஆண்களின் பாலியல் அணுக்கத்துக்கு விருப்பத்துடன் சம்மதிப்பதில்லை. ஒவ்வொரு கறுப்பினப் பெண்ணுக்கும் சொல்லப்பட்டிருக்கக் கூடிய ஒரு கட்டுக்கதை என்னவென்றால் இந்த நாட்டில் கறுப்பினப் பெண்ணுக்கும் வெள்ளையின ஆணுக்கும் மட்டும் தான் பாலியல் சுதந்திரம் இருக்கின்றது என்பது. ஆனால் பல சந்தர்ப்பங்களில் உடலியல் ரீதியான வன்முறை கூட கறுப்பினப் பெண்களைக் கட்டாயப்படுத்திச் கீழ்ப்படிய வைப்பதற்கு பயன்படுத்தப் பட்டுள்ளது. Frazier வெள்ளையின ஆண் ஒருவனது அணுகலை மறுத்த கறுப்பினப் பெண் ஒருத்தி "எஜமானன்" அவளுக்கு சவுக்கடி கொடுக்கும் வரை அடக்கப்பட்டு நிலத்தோடு பிணைத்து வைக்கப்பட்டிருந்த சம்பவம் ஒன்றை அவரது நூலில் குறிப்பிடுகிறார்.

சில சந்தர்ப்பங்களில் கறுப்பினப் பெண்கள் தமது எஜமானர்களது வெள்ளைத் தோலைக் கண்டு மயங்கியும் அவர்களுடன் உடலுறவு கொள்வதால் தமது அடிமை வாழ்வினை மேம்படுத்த முடியுமென்று நினைத்தும் இருந்தார்கள். அவளுக்குப் பிறக்கும் வெள்ளைத் தோல்கொண்ட பிள்ளைக்கு விடுதலை கிடைக்கும் வாய்ப்பும் இருந்தது. அவள் வெள்ளைத் தோல் மேல் கொண்ட விருப்பு, தமது எஜமானருடன் தம்மை அடையாளப்படுத்தும் அடிமைப் புத்தி கொண்ட சில கறுப்பினத்தவரின் மனநிலையை விட பெரியளவில் வேறுபட்டதல்ல. சில வேளைகளில் தன்னைத் தானே பாலியல் ரீதியாக ஒப்புக்கொடுத்த கறுப்பினப் பெண், கறுப்பின ஆணின் வாழ்வைக் காப்பாற்றுவதில் முக்கிய பங்காற்றியிருக்கிறாள். அவளது எஜமானருக்கு நல்ல ஒரு உடலுறவைக் கொடுப்பதன் மூலம் தனது கணவருக்கு குதிரைச் சவுக்கால் அடி விழுவதையோ தண்டனை கிடைப்பதையோ சிலவேளை அவளால் தடுக்க முடிந்திருந்தது.

மீட்சி

கறுப்பின மக்களிடையே பரப்பப்படும் கட்டுக்கதை கறுப்பினப் பெண் எப்படியோ அடிமை முறையின் அதிகமான ஒடுக்குமுறைகளில் இருந்து விடுபட்டு விட்டாள் எனவும் எல்லா வாய்ப்புகளுக்கான வழிகளும் அவளுக்குத் திறந்திருக்கிறது என்றும் சொல்கிறது. இது மிகவும் வியப்புக்குரிய விடயம், ஏனென்றால்,

1970இல் பதினைந்தாவது திருத்தச்சட்டம் பொதுசன வாக்குரிமையை வழங்கிய போது அந்த உரிமை கறுப்பினப் பெண்ணுக்குத் தரப்படவில்லை. புனரமைப்புக் காலத்தில் சமாதான நீதவான்களாகவும் கல்வி அத்தியேட்சகர்களாகவும், நகர சபைகளிலும் மாநில அரசாங்கங்களிலும் பதவி வகித்த கறுப்பினத்தவர் எல்லோரும் ஆண்கள். புனரமைப்புக் காலம் "கறுப்பினத்தவரின் ஆட்சிக்கால"மாக இருக்காவிட்டாலும் ஆயிரக்கணக்கான கறுப்பின ஆண்கள் தமது வாக்குகளைப் பயன்படுத்தி குடியரசுக் கட்சியினை அதிகாரத்தில் தக்கவைத் திருந்தார்கள். கறுப்பினப் பெண்கள் புறமொதுக்கப்பட்டிருந்தார்கள்.

உண்மையில், கறுப்பின ஆண் தனது வாக்குரிமையைப் பயன்படுத்துவற்குக் கஷ்டப்பட்டான். அவனுக்காக வெள்ளையின குண்டர் கும்பல்கள் வாக்கு நிலையங்களில் காத்திருந்தன. பலர் வேலை இழப்பினைக் காட்டியும் Klan (Ku Klux Klan) உறுப்பினர்களாலும் பயமுறுத்தப்பட்டார்கள். கறுப்பின ஆணின் அரசியற் செயற்பாடு மிகச் சொற்பகாலமே நிலைத்திருந்தாலும், அது இருந்த வரை பதவிகள் பலவற்றை அவர்கள் வகித்தார்கள். கறுப்பின ஆண்களுக்கும் கறுப்பினப் பெண்களுக்கும் இடையில் அடிமை முறை நிலவியபோது ஏற்பட்ட மெல்லிய உறவு கூட அதனிலிருந்து மீண்டதும் கரைந்து போய்விட்டது. தமது சுதந்திரத் தினைப் பரீட்சித்துப் பார்ப்பதற்காக, தமது மனைவிமாருடன் இருந்த கறுப்பின ஆண்கள் அவர்களுக்கு கசையடி வழங்க ஆரம்பித்தார்கள். அதற்கு முன்னர் இது வெள்ளையின எஜமானருக்கு மட்டுமுரிய செயற்பாடாக இருந்தது. 1960களின் இறுதியிலும் 70களின் ஆரம்பத்திலும் பெண்கள் தலைமை தாங்கும் குடும்பங்கள் முளைக்கத் தொடங்கின. திறன் சார் கைவினைஞர் களாகவும், தச்சர்களாகவும் வேலை செய்த கறுப்பின ஆண்கள் அவ்வேலைகளில் இருந்து ஒதுக்கப்பட்டார்கள். குடியரசுக்கட்சிக்கு 1876 இன் பின்னர் கறுப்பின வாக்குகள் தேவைப்படாததால், கறுப்பினத்தவரின் "நலன்கள்"தெற்கின் கைகளில் விடப்பட்டன. கறுப்பின ஆண்களுக்கு வேலை கிடைப்பது பெரிதும் கடினமாக இருந்தது. சில வேளைகளில் வேலைநிறுத்தத்தின் போது மட்டுமே வேலை கிடைத்தது. இனவாத ஒடுக்குமுறைமைக்குள் முழு ஆணாகத் தம்மை உணர முடியாமல் இருந்த கறுப்பின ஆண்கள், கறுப்பினப் பெண்களின் பக்கம் திரும்பி, அவர்களே தமது நிலைமைக்குக் காரணம் என்று பழி சுமத்தினார்கள்.

சில வேளைகளில் பிள்ளைகளுக்கு உணவளிக்க வேண்டிய பொறுப்புடன் தனியே விடப்பட்ட கறுப்பினப் பெண்ணும்

வேலை தேடிச் சென்றாள். வெள்ளையின ஆண்களின் சமையலறையில் பலர் வேலை செய்யச் சென்றார்கள். DuBois மேலே குறிப்பிடப்பட்ட "The Sevant in the House" என்னும் கட்டுரையில் வீட்டு வேலைக்காரர் மேலான சுரண்டல் பற்றிய தெளிவான காட்சியைத் தருகிறார். அவர்களது வேலை தனிப்பட்ட முறையில் தாழ்த்தப்பட்டிருக்கிறது, அவர்கள் இன்னும் சில வேளைகளில் பக்கக் கதவாலேயே வந்து போக வேண்டி இருக்கிறது, அவர்கள் முதற்பெயரைச் சொல்லிக் கூப்பிடப்படுகிறார்கள், அவர்கள் மிகக் குறைந்த ஊதியத்தையே பெறுகிறார்கள், "எஜமான"னின் பாலியல் சுரண்டலுக்கு உள்ளாகிறார்கள் என்பவற்றைப் பற்றி அவர் கூறுகிறார். இவற்றிலிருந்து நிரூபிக்கப்படுவது என்னவென்றால், கறுப்பினப் பெண் வேலைக்குப் போவதனால் அவள் வெள்ளையினப் பெண்ணை விட தனிச்சுதந்திரம் பெற்றுவிடவில்லை என்பதாகும். உண்மையில், அவள் ஒரு கறுப்பினத்தவளாக, ஒரு தொழிலாளியாக, ஒரு பெண்ணாக முதலாளித்துவத்தின் கொடூரமான சுரண்டலுக்கு மேலும் ஆட்பட்டாள்:

"திறந்த" ஊழியச் சந்தை

விடுதலையின் பின்னர் கறுப்பின ஆண்கள் வேலை தேடிக்கொள்வது கடினமாக இருந்தது, அவன் அடிமை முறையின் போது கற்றுக்கொண்ட கைவினைத் தொழில்கள் பலவற்றில் இருந்து தடுக்கப்பட்டான் என்று முதலில் குறிப்பிட்டேன். கறுப்பினப் பெண்களுக்கான தொழிற் சந்தையும் ஒரு அனர்த்தமாகவே ஆனது. 1900களில் தையல் வேலைகளில் நியூ யோர்க்கில் வேலை கொடுப்பவர்களுக்கு குறைந்த ஊதிய ஊழியமாக கறுப்பினப் பெண் உள்வந்தாள். 1917 இல் சிக்காகோவில் குறைந்த ஊதியத்துக்கு வேலை செய்ய ஒத்துக்கொண்ட கறுப்பினப் பெண்கள் மற்ற ஊழியர்களின் வேலை நிறுத்தத்தை உடைப்பதற்குப் பயன்படுத்தப்பட்டார்கள். கறுப்பின, வெள்ளையினத் தொழிலாளரிடையே ஒரு பொதுவான வெறுப்புணர்வு இருந்ததுடன், சில நகரங்களில் கறுப்பினப் பெண்களுக்குப் பக்கத்தில் வேலை செய்ய மறுத்து வெள்ளையினத் தொழிலாளர்கள் வேலையை விட்டு விலகினார்கள்.

கறுப்பினப் பெண் இந்த சமூகத்தில் ஒருபோதும் உயர்ந்த இடத்தை வகித்ததில்லை. அடிமை முறையின் கீழ் அவள் ஆடு மாடுகள் போல, உடலுறவு கொள்ளப்பட்டு வெறும் இனப்பெருக்க

உபகரணமாகப் பயன்படுத்தப்பட்டாள். பெரும்பாலான கறுப்பினப் பெண்கள், இன்றும் வீட்டு வேலை, துணி துவைத்தல், கோப்பு எழுத்தர்கள், வரவேற்பாளர், ஏனைய சேவைத் தொழிலகள் போன்ற மிகக் குறைந்த ஊதியத்துடன் மிகத் தரக்குறைவாக இருக்கும் தொழில்களுடனே எல்லைப்படுத்தப்பட்டிருக்கிறார்கள். இந்த வேலைகள் பெரும்பாலும் இன்னும் தொழிற்சங்க முறை அற்றிருக்கின்றன.

இன்று, குறைந்தது 20 வீதமான கறுப்பினப் பெண்களாவது தனியார் வீட்டு வேலைக்காரிகளாக பணிபுரிகின்றனர். அவர்களது இடைய வருமானம் $1200 ஆகும். இந்தப் பெண்கள் இன்னொருவர் வீட்டில் கடூழியம் செய்வதுடன் தமது வீட்டையும் கவனிக்க வேண்டியிருப்பதால் இருமடங்கு சுரண்டலை அனுபவிக்கின்றனர். சிலர் தேவையானளவு பணத்தை சம்பாதிப்பதற்காக இன்னொருவரது பிள்ளைகளைப் பராமரிக்கும் பொருட்டு தமது சொந்தப் பிள்ளைகளை போதுமானளவு கண்காணிப்பின்றி விடும் நிலைமைக்குத் தள்ளப்படுகின்றனர். 1966 இல் அறுபத்து ஒரு வீதமான திருமணமான கறுப்பினப் பெண்கள் வேலைப்படையில் இருந்தார்கள். கறுப்பினக் குடும்பங்களில் ஏறத்தாழ நான்கில் ஒரு பங்கானவை பெண்களால் தலைமை தாங்கப்படுவன. இது வெள்ளை இனத்தினரிடையே இருப்பதை விட இருமடங்கு அதிகமானதாகும். கறுப்பின ஆண்களின் பற்றாக்குறை காரணமாக பெரும்பாலான கறுப்பினப் பெண்கள் ஆண்களின் சட்டகப்படியே உறவுகளை ஏற்றுக்கொண்டார்கள். கறுப்பினக் குடும்பங்களிடையே சில வேளைகளில் பலதார உறவு தொடர்ச்சியாக இருந்தது. அதில் பல பெண்கள் ஒரே ஆணை ஒரு நேரத்துக்கு ஒருவராகப் பகிர்ந்து கொண்டார்கள்.

கறுப்பு அழகானது

கறுப்பினப் பெண்ணுக்கு எதிர்த்துப் போராட இருப்பவை போதாது என்பது போல, ஒரு தொழிலாளியாய் பொருளாதாரச் சுரண்டலுக்காளாகுதல், ஒரு பெண்ணாய் மலிந்த ஊழியமாய்ப் பயன்படுத்தப்படுதல், கறுப்பினத்தவளாய் இருப்பதால் மேலும் மோசமாய் நடத்தப்படுதல் மட்டுமன்றி அவள் மேற்கத்தைய, வெள்ளையின் அழகின் வரைவிலக்கணங்களையும் எதிர்நோக்க வேண்டி ஏற்படுகிறது. பல வருடங்களுக்கு முன்னர், கறுப்பினப் பெண்கள் தங்கனிறப் பொய்க் கூந்தலினையும் கன்னத்தில் சிகப்பு நிறப் பூச்சினையும் அணிந்திருப்பதைப் பொதுவாகவே காணக்

கூடியதாக இருந்தது. இதன் நோக்கம் வெள்ளையின அழகின் வரைவிலக்கணத்துக்கு எவ்வளவு முடியுமோ அவ்வளவு கிட்டி விடுவதே. ஆனால், தலைமுடியை நேராக்கும் கருவிகளும் வெளிற்றும் முகக் களிம்புகளும் பாவித்தும் எந்த யுக்தியும் வேலை செய்யவில்லை. அவளது தோல் வெள்ளையாக இல்லாமல் கறுப்பாகவே இருந்தது. அவளது கூந்தல் நேராக இன்றி முறுகிப்போய் இருந்தது. அவள் தொடர்ந்து வெள்ளையினப் பெண்களுடன் ஒப்பிடப்பட்டு அழகு எனக் கருதப்படுவதன் எதிர்க்கருத்தாக விளங்கினாள். ஒரு கறுப்பின ஆணை ஒரு வெள்ளையினப் பெண்ணுடன் காணும் போதெல்லாம் தன்னைப் பற்றி அவள் கொண்டிருக்கும் காட்சி அவளுக்கு இன்னும் வலி தருவதாயிற்று.

ஆனால் இன்று "கறுப்பு அழகானது". கறுப்பினப் பெண்கள் இந்த இயக்கத்தில் (Black is Beautiful) முக்கிய பங்கு வகிக்கின்றனர். ஆனால் அதிலும் ஒரு சிக்கல் இருக்கின்றது. இன்னும் அவளிடம் பின்னால் நிற்கும் படியும் கறுப்பின ஆணை முன்னின்று வழிநடத்த விடும்படியும் சொல்லப்படுகின்றது. தேசிய விடுதலைக்கான போராட்டத்திற்கு உதவும் வகையில் எல்லாத் திறமைகளும் இயலுமைகளும் பயன்படுத்தப்பட வேண்டிய ஒரு தருணத்தில் Stokely Carmichael வந்து இந்த இயக்கத்தில் பெண்களது இடம் "பிரச்சனைக்கு உட்படக்கூடியது" என்று சொல்வது முரண்நகையானது. சில வருடங்களுக்குப் பின்னர் Elridge Cleaver பெண்களின் நிலையை விபரிக்கும்போது அவர்களுக்கு "புண்டை அதிகாரம்" (Pussy Power) இருக்கிறது என்றார். அதன் பிறகு கறுப்புப் புலிகள் கட்சி (Black Panther Party) ஓரளவு தனது பார்வையை மாற்றிக்கொண்டு "பெண்கள் எங்கள் மறுபாதி" என்று கூறியது. புதிய ஆபிரிக்கக் குடியரசு தனது அரசியல் அறிக்கையை எழுதும் போது எல்லாக் கறுப்பின ஆண்களுக்கும் அவர்களால் எத்தனை மனைவியரை வைத்திருக்கக் கட்டுப்படியாகுமோ அத்தனையையும் வைத்திருக்க உரிமை வேண்டும் என்று குறிப்பிட்டது. ஆபிரிக்காவில் இப்படித்தான் இருந்தது என்கிற அவர்களது கருதுகோளின்படியே இது அமைந்தது. (1969 இல் எழுதப்பட்ட "புதிய ஆபிரிக்கா"என்கிற அவர்களது பிரசுரத்தில் சுதந்திரப் பிரகடனத்தின் ஒரு புள்ளியாக "பாலினங்களுக்கிடையேயான சமத்துவத்தை உறுதிப்படுத்துதல்" என்பதும் இருக்கிறது. இதன் அர்த்தம் கறுப்பினப் பெண்ணுக்கு அவளால் கட்டுப்படியாகக் கூடியளவு எத்தனை கணவன்மாரை முடியுமோ அத்தனையையும் வைத்திருக்க உரிமை இருக்கின்றது என்பதா? அதை என்னால் தெரிந்து கொள்ள முடியாது).

கருக்கலைப்பும் கருத்தடையும்

இன்றும், கறுப்பினப் பெண் தான் தீர்க்கமுடியாத சிக்கலுக்குள் இருப்பதாகவே உணர்கிறாள். அவள் தனது ஆணிடம் தான் தலையாட்ட வேண்டும் என்று நினைக்கிறாள். ஏனெனில் அவள் பிழையாக நடந்து கொண்டால் அவனை ஒரு வெள்ளைப் பெண்ணிடம் இழக்க நேரிடும் என்று எண்ணுகிறாள். இன்னும் அவள் தன்னையும் அவளது உணர்வுகள் ஆசைகளையும், முக்கியமாக தனது உடல் மீது தனக்குள்ள உரிமையையும் குறைத்து, கீழ்ப்படிய வேண்டும். கருத்தடை மாத்திரை முதலில் பயன்பாட்டுக்கு வந்தபோது, அது போர்ட்டோ ரீக்காவைச் சேர்ந்த பெண்களின் மேல் பரிசோதிக்கப்பட்டது. மூன்றாம் உலக மக்கள் இந்த உதாரணத்தைப் பார்த்துவிட்டு கருத்தடையும், கருக்கலைப்பும் மூன்றாம் உலக மக்களை இல்லாமல் செய்வதற்கான ஒரு இனப்படுகொலைக் கருவி என்று பிரகடனம் செய்வது ஒன்றும் ஆச்சரியகரமானதல்ல. ஆனால் பெண்களின் தமது உடலைத் தாமே கட்டுப்படுத்துவதற்கான உரிமையே இங்கு முக்கிய பிரச்சனை. கட்டாயப்படுத்தப்பட தாய்மை ஆண் மேலாதிக்கத்தின் வெளிப்பாடு, அது பிற்போக்கானதும் கொடூரமானதும் கூட. அடிமை முறையின் போது பெருந்தோட்ட உடமையாளர்கள் தமது தோட்டங்களை மேலும் வளப்படுத்த ஊழியத்தைப் பெற்றுக்கொள்வதற்காக கட்டாயப்படுத்தி கறுப்பினப் பெண்களை தாய்மையடைய வைத்தார்கள்.

தாம் குழந்தை பெறுவதா இல்லையாவென்பதை பெண்களே தீர்மானிக்க வேண்டும். தமது உடலைக் கட்டுப்படுத்துவதற்கான முழு உரிமையையும் பெண்களே கொண்டிருத்தல் வேண்டும். ஆகையால்தான் வலிந்து திணிக்கப்படும் நிரந்தர கருத்தடைக் கெதிராகவும், பொதுநல நிதிகளில் தங்கியிருக்கும் தாய்மார் கருத்தடை முறைகளைப் பின்பற்ற நிர்ப்பந்திக்கப்படுவதற்கு மெதிராக நாம் உரத்துக் குரல் கொடுக்க வேண்டியிருக்கிறது. தற்போது ஐக்கிய அமெரிக்காவில் பெண் விடுதலை இயக்க மொன்று வளர்ந்து வருகிறது. கருப்பினப் பெண்கள் பெரிதளவு இவ்வியக்கத்தில் முக்கிய பங்காற்றவில்லை. பெரும்பாலான கருப்பினப் பெண்கள் பெண்ணிய விழிப்புணர்வைக் கொண்டிராமையே இதற்கான காரணம். அவர்கள் தமது பிரச்சனையை தேசிய ஒடுக்குமுறையாக மட்டுமே காண்கிறார்கள். சில வெள்ளையினப் பெண் விடுதலை இயக்கங்களின் மத்தியதர வர்க்க மனப்பாங்கு கருப்பினப் பெண்களின் தேவைகளுக்கு எந்தவிதத் தொடர்புமற்றது. உதாரணத்துக்கு, 1969ம் ஆண்டு

நொவெம்பர் மாதம் நியூயோர்க்கில் நடைபெற்ற பெண்களை ஒருங்கிணைப்பதற்கான மாநாட்டில் (Congress to Unite Women) சில பங்கேற்பாளர்கள் பாடசாலைக் கண்காணிப்பு முறைமையை எதிர்க்க விரும்பவில்லை. "கெட்ட" மாணவர்களுடன் "நல்ல" மாணவர்களைக் கலப்பது "சிறந்த" மாணவர்கள் பாடசாலையை விட்டு வெளியேறக் காரணமாகி விடுமென்றும், அதனால் பாடசாலையின் தரம் தாழ்ந்து விடுமென்றும் அவர்கள் கவலைப்பட்டனர். சேரியில் வாழும் மூன்றாமுலகப் பெண்களை விடவும் ஸ்கார்ஸ்டேலில் வாழும் பெண்கள் அதிகம் ஒடுக்கப்படுவதாக வெள்ளையினப் பெண்ணொருவர் என்னிடம் கூறினார். அத்துடன், வறுமைக்குட் படுத்தப்பட்ட பெண்களின் பிரச்சனைகளை எதிர்கொள்வதைப் பற்றியும் (உதாரணத்துக்கு ஸ்கார்ஸ்டேலில் வாழும் பெண்கள் தமது கருப்பினப் பணிப்பெண்களை சுரண்டுவதைப் பற்றி) எந்த உரையாடலும் அங்கே இடம்பெறவில்லை.

வறுமைக்குட்படுத்தப்பட்ட பெண்கள் கொடுமையான நிலைமைகளுக்கு மத்தியில் வேலை செய்ய நிர்ப்பந்திக்கப்படுவதற்கெதிரான தெளிவான நிலைப்பாட்டை இயக்கம் எடுத்தாக வேண்டும். இயக்கத்திலிருக்கும் சில பெண்களோ, அரசின் பெண் பாதுகாப்புச் சட்டங்கள் அகற்றப்படுவதற்கு ஆதரவளிக்கிறார்கள். ஆனால், தொழிற்சாலைகளிலும் சலவையகங்களிலும் பணிபுரிய நிர்ப்பந்திக்கப்பட்டிருக்கும் வறுமைக்குட்படுத்தப்பட்ட பெண்களுக்கு அத்தகைய சட்டங்கள் தேவையாயிருக்கின்றன. பெண்களுக்கான அரசின் பாதுகாப்புச் சட்டங்கள் தொடர்ந்தும் அமுலில் இருக்க வேண்டும். அதுமட்டுமல்லாமல், அவற்றை இன்னமும் வலிமையாக்கவும், முறையாக செயற்படுத்தவும் நாம் முயற்சிக்க வேண்டும்.

பெண் விடுதலை இயக்கத்தின் உறுப்பினர்கள் தமது கணவன்மாருக்கு அடிமைகளாயிருந்தும், வீட்டுக்குள் அடைபட்டிருந்து தரக்குறைவான வேலைகளைச் செய்தும் தாம் சோர்ந்து போய்விட்டதாகக் கூறுகிறார்கள். இதுகுறித்து கருப்பினப் பெண் பரிதாபப்படக் கூடுமென்றாலும், தினமும் ஒன்பது மணியிலிருந்து ஐந்து மணிவரை முதுகுடைய வேலை செய்வதுதான் விடுதலையென அவள் நம்பப்போவதில்லை. அவள் எப்போதுமே வேலை செய்யவேண்டியவளாகவே இருந்தாள். விடுதலை அறிவிப்புக்கு முன்னர், மால்கம் X ன் வார்த்தைகளின்படி "ஒன்றும் தெரியாத விடிகாலையிலிருந்து ஒன்றும் தெரியாத இரவு வரை," அவள் பண்ணைத் தோட்டங்களில் வேலை செய்தாள்.

இத்தகைய அமைப்பின் கீழ் விடுதலையென்பது என்னவாக இருக்கும்? நாம் உருவாக்கும் எதற்கும் உரிமை கோர முடியாமல், தொழிற்சந்தையில் வெறும் பண்டமாக நாம் நிர்ப்பந்திக்கப் படுகிறோம். தொழிலாளர்கள் எந்த விதமான பாதுகாப்பையும் கொண்டிருப்பதில்லை; அவர்களது வேலைவாய்ப்பு முழுக்க முழுக்க பொருளாதாரத்தின் ஏற்றவிறக்கங்களிலேயே தங்கியிருக்கிறது. பெண்களின் விடுதலையும் இத்தகைய சிக்கல்களைக் கருத்திற்கொள்ள வேண்டும். பெரும்பாலும் வெள்ளையின மத்தியதர வர்க்கப் பெண்களை உறுப்பினர்களாகக் கொண்டிருப்பதே பெண் விடுதலை இயக்கத்தின் பெருந்தடையல்ல; இன்னமும் இயக்கத்தில் இணைந்திராத தொழிலாளர் வர்க்க, மூன்றாமுலகப் பெண்களை உள்ளீர்ப்பதற்கான செயற்றிட்டங்களை முன்னெடுக்கத் தவறியமையே அதன் பெருந்தோல்வி. குழந்தைப் பராமரிப்பு, வேலைநிறுத்தத்தில் ஈடுபட்டிருக்கும் தொலைபேசித் தொழிலாளர்களுக்கான ஆதரவு, தொழிற் சூழ்நிலைகளை மேம்படுத்துவதற்கான சட்டங்களை ஆதரித்தல், Joan Birdனை விடுதலை செய்யக்கோரும் பிரச்சாரம் போன்றவை இயக்கத்தை சரியான திசையில் கொண்டு செல்லும். அறையொன்றுக்குள் சுற்றி வர அமர்ந்துகொண்டு, "நானொரு இனவாதி, நானொரு இனவாதி" யென ஒருவரையொருவர் தாக்கிக்கொண்டும், அதட்டிக்கொண்டு மிருக்கும் வெள்ளையினப் பெண்கள் கருப்பினப் பெண்ணுக்காக எதுவும் செய்கிறார்களென நான் நம்பவில்லை. செயலே எமக்கு வேண்டியது.

பெண் விடுதலை இயக்கம் மூன்றாமுலகச் சமூகங்களிடமிருந்து, அல்லது பெரும்பான்மைப் பெண்களிடமிருந்து தம்மை அந்நியப் படுத்திவிடக்கூடாது. அதேநேரம், வெள்ளையினப் பெண்கள் கருப்பினப் பெண்களுக்காக பேசவும் முடியாது. கருப்பினப் பெண்கள் தமக்காகத் தாமே பேசியாக வேண்டும். நியூயோர்க்கில் உருவாக்கப்பட்டிருக்கும் கருப்பினப் பெண்களின் கூட்டமைப்பு இதனையே செய்யத்தொடங்கியுள்ளது. கருப்பினத்தவராக, தொழிலாளர்களாக, பெண்களாக, கருப்பினப் பெண்களின் ஒடுக்குமுறையைப் பற்றிப் பேசும் புரட்சிகர கருப்பினப் பெண் இயக்கமொன்றின் தேவையை நாம் உணர்ந்து கொண்டுள்ளோம். வாசிப்பு, உரையாடல், விழிப்புணர்வு ஏற்படுத்துதல், செயற்றிட்டங்களை முன்னெடுத்தல் போன்ற நடவடிக்கைகளில் நாம் ஈடுபட்டுள்ளோம். கசப்பான ஆண் எதிர்ப்புத் தன்மை கொண்ட பெண் விடுதலை இயக்கத்துடன் நெருங்கிய உறவு பேண கருப்பினப் பெண்கள் சிரமப்படுவார்களென நாம் உணர்கிறோம்.

அது கருப்பின ஆண்களையும் பெண்களையும் தமக்கிடையே சண்டை பிடிக்கச் செய்யும், உண்மையான எதிரியை எதிர்கொள்வதிலிருந்து அவர்களைத் திசைதிருப்பிவிடும் கருவியென அவர்கள் அஞ்சுகின்றனர்.

பயனுள்ள போராட்டமொன்றை முன்னெடுப்பதற்கு ஆண்களும் பெண்களும் இணைந்து செயற்பட்டாகவேண்டுமென பெரும் பாலான கருப்பினப் பெண்கள் உணர்ந்துள்ளனர். ஆனாலும், தமக்கேயான தனித்ததொரு இயக்கத்தை பெண்கள் கட்டியெழுப்ப வேண்டிய தேவையை நாம் மறுக்க முடியாது. உண்மையான விடுதலையை அடைவதென்றால் நாம் இப்போதே எமது போராட்டத்தை ஆரம்பிப்பதும், புரட்சிக்குப் பிறகும் அதனைத் தொடர்வதும் அவசியம்.

தன் மீதான ஒடுக்குமுறையின் ஆழத்தை மூன்றாமுலகப் பெண் புரிந்துகொள்ளத் தொடங்கும்போது, அவள் தன்னைச் சுற்றவிருக்கும் புரட்சிகரச் சக்திகள் அனைத்துடனும் கூட்டுச்சேர முனைவாள். இந்த இனவாத, முதலாளித்துவ, ஆண் மேலாதிக்க அமைப்பை முற்றுமுழுதாக அழித்தொழிப்பதைத் தவிர, வேறெதிலும் திருப்தியடைய மாட்டாள்.

இரட்டை இடையூறுகள்:
கருப்பாயிருத்தலும் பெண்ணாயிருத்தலும்

ப்ரான்சஸ் ப்யில் (Frances Beal)

தமிழில்: **யாழினி**

அமெரிக்காவில் கருப்பினப் பெண்ணின் நிலையை பகுத்தாராய முற்படும் ஒருவர் பலரின் எதிர்ப்பையும், தவறான கருத்துருவாக்கங்களையும், திரிபுபடுத்தப்பட்ட தரவுகளையும் எதிர்கொள்ள நேர்கிறது. நாம் அனைவரும் தற்போது வாழ்ந்து கொண்டிருக்கும் முதலாளிய அமைப்பு (அதன் பக்கவிளைவான இனவாதமும் இணைந்து) மனிதர்களின், அதிலும் முக்கியமாக கருப்பினத்தவரின் மனிதத்தை அழிக்க பல வழிகளிலும் முயன்றுகொண்டிருக்கிறது. ஐக்கிய அமெரிக்காவில் வாழும் ஒவ்வொரு கருப்பின ஆண், பெண் மற்றும் குழந்தை மீதும் மிக மோசமான தாக்குதலை அது கட்டவிழ்த்து விட்டிருக்கிறது.

முதலாளியம், அடிமைத்தனத்தை எதிர்க்க விழையும் கருப்பினத்தின் உந்துதலை அழித்தொழிக்கும் நோக்கில், அர்த்தமுள்ள ஆக்க வளமுடைய தொழில்வாய்ப்பை கருப்பின ஆணொருவன் கண்டுகொள்ளல் சாத்தியமேயற்றுப்போன நிலையை உருவாக்கி விட்டிருக்கிறது. பெரும்பாலான சந்தர்ப்பங்களில் அவனால் எவ்வகையான வேலைவாய்ப்பையுமே பெற முடிவதில்லை. அதேபோல கருப்பினப் பெண்ணும் அதே அமைப்பால் பொருளாதார ரீதியான சுரண்டலுக்கும் உடல்ரீதியான தாக்குதலுக்கும் உள்ளாகிறாள். அவளால் வெள்ளையின ஆணின் சமையலறையில் மட்டுமே வேலை தேடிக்கொள்ள முடிகிறது. அதேவேளை சில சமயங்களில் குடும்பத்தில் அவள் மட்டுமே வருமானம் ஈட்டுபவளாகவும் இருக்கிறாள். இத்தகைய சூழல் ஆணிலும் பெண்ணிலும் பல உளவியல் சிக்கல்களை உருவாக்கியதுடன் கருப்பினக் குடும்ப அமைப்பிலும் பல குழப்பங்களை உருவாக்கி விட்டிருக்கிறது.

துரதிர்ஷ்டவசமாக, கருப்பின ஆணும் பெண்ணும் தம்மீது செலுத்தப்படும் அழுத்தங்கள் குறித்த போதிய புரிதல் அற்றவர்களாயிருந்தனர். பெரும்பாலான கருப்பினப் பெண்கள்

முதலாளியம் வரையறுத்த ஆண்மை, பெண்மையெனும் கருத்தாக்கங்களை ஏற்றுக்கொண்டு, கருப்பின ஆண்கள் சோம்பேறிகளென்றும், இல்லையென்றால் அவர்கள் ஒரு தொழிலைத் தேடிக்கொண்டு குடும்பத்தினரை பராமரித்திருப்பார் களென்றும் நம்பினர். இதன் காரணமாக கருப்பின ஆண்களுக்கும் பெண்களுக்குமிடையிலான உறவுகளில் பிளவு ஏற்பட்டது. ஆண் தனது மனைவியை விட்டுப் பிரிவதும், தாய் தனது குழந்தையை விட்டுப் பிரிவதும் இதன் விளைவுகளாயின.

ஒவ்வொரு தனிமனிதரும் எத்தகைய பாத்திரங்களை ஏற்று நடக்கவேண்டுமென்பதை அமெரிக்கா தீர்மானித்து விட்டிருக்கிறது. “ஆண்மை”யையும் “பெண்மை”யையும் அது தனது தேவைக் கேற்றபடி நிர்ணயித்திருக்கிறது. அதன்படி, நல்ல வேலையில் இருக்கும், நிறைய பணம் சம்பாதிக்கும், Cadillac வாகனம் ஓட்டும் தனிமனிதர் ஒரு உண்மையான “ஆண்” ஆவார்; இத்தகைய “குணாதிசயங்கள்” இல்லாதரொருவர் ஆண் ஆகமுடியாது. ஆண் வீரியத்தின் குறியீடுகளை (உதாரணத்துக்கு, கௌபோய்களுக்கு பிடித்த சிகரட், ஆண்மைத் துடிப்பு நிறைந்த விஸ்கி, விளையாட்டு வீரர்கள் அணியும் உள்ளாடை போன்ற) சுமப்பது அமெரிக்க ஆணின் அத்தியாவசியத் தேவையென்பதை இந்நாட்டின் விளம்பர ஊடகங்கள் தொடர்ந்தும் எடுத்துக்கூறியபடியிருக்கின்றன.

உண்மையான தொழிலிருந்து விலகியிருத்தல், போலியான மரியாதையைக் கொண்டிருத்தல், மிக சிரத்தையுடன் தன்னை அலங்கரிப்பதிலேயே காலஞ்செலுத்துதல், அளவுக்கதிகமான நுகர்வுக்கு அடிமையாயிருத்தல், பாலின்பம் வழங்குதலே வாழ்வின் கடமையென வரையறுத்திருத்தல் போன்ற பண்புகளே பெண்ணுக்கான முன்மாதிரியாகக் கொள்ளப்படுகின்றன. நாம் எந்தத் தயக்கமுமின்றி இத்தகைய முன்மாதிரிகளைப் புறந்தள்ளுகிறோம். வீட்டில் தங்கி குழந்தைகளைப் பராமரிக்கும் பெண் மிக மலடான வாழ்வொன்றையே வாழ்கிறாள். தனது துணையைச் சார்ந்தவளாக/ பின்தொடர்பவளாக மட்டுமே தனது முழு வாழ்வையும் அவள் வாழ்ந்தாக வேண்டும். அவன் வெளிச்சமூகத்துக்குச் சென்று அங்கேயிருந்து உலகின் சிறு பகுதியொன்றை அவளுக்கென்று கொண்டு வருகிறான். உலகம் பற்றிய அவனது ஆர்வங்களும் புரிதலுமே அவளுடையதாகிறது. உயிரினச் செயற்பாட்டுக்கு மட்டுமே ஒதுக்கப்பட்டு விட்ட அவளால் தன்னை ஒரு தனிமனிதராக வளர்த்தெடுக்க முடியாது. இத்தகைய ஒட்டுண்ணி வாழ்வு வாழும் பெண்ணின் இருப்பை ‘சட்டத்துக்குட்பட்ட பாலியல் தொழில்’ என அழைக்கலாம்.

நடுத்தர வர்க்க வெள்ளையின முன்மாதிரியைப் போல வீட்டையும் குழந்தைகளையும் பரமாரிப்பவர்களாக மட்டுமே கருப்பினப் பெண்களை நாம் கற்பனை செய்துவிட முடியாது. பெரும்பாலான கருப்பினப் பெண்கள் தமது வீட்டைப் பராமரிக்கவும், குடும்பத்தினருக்கு உணவு, உடையளிக்கவும் வேலை செய்தேயாக வேண்டியிருக்கிறது. கருப்பினத் தொழிலாளர்களில் கருப்பினப் பெண்களும் பெருமளவில் அடங்குவர். இது வறுமைக்குட்படுத்தப்பட்ட கருப்பினக் குடும்பங்களுக்கு மட்டுமல்ல, நடுத்தர வர்க்கக் குடும்பங்களுக்கும் பொருந்தும்.

போலி ஆடம்பரங்கள் எந்தக்காலத்திலும் கருப்பினப் பெண்களுக்கு வழங்கப்பட்டதில்லை. அத்தகைய ஆடம்பரமான வெள்ளையினச் சித்திரம் எம்மைக் கவர்ந்திழுத்தாலுமே கூட, எமக்கென்று ஒதுக்கப்பட்டிருக்கும் கீழ்த்தனமான தொழில்களின் யதார்த்தம் இவ்வாறான 'பெண்மை' எனும் மாயைக் காட்சியை கலைத்துவிட்டிருக்கிறது. 19ம் நூற்றாண்டுப் பெண்ணுரிமை மாநாடொன்றில் Sojourner Truth வழங்கிய உரையின் பின்வரும் பகுதிகள், வெள்ளையினத்தவரின் பெண்மையெனும் கருத்தாக்கம் எந்தளவு முழுமையடையாத வாழ்வொன்றைப் பிரதிபலிக்கிறதென விளக்குகின்றன:

"குழந்தைகளே, எங்கே அதிகளவு ஆரவாரம் கேட்கிறதோ, அங்கே ஏதேனுமொரு சமநிலை குழம்பியிருக்க வேண்டும். தமது உரிமைகளைப் பற்றிப் பேசும் தெற்கின் கருப்பினத்தவருக்கும், வடக்கின் பெண்களுக்குமிடையே அகப்பட்டு வெள்ளையின ஆண்கள் மிக விரைவிலேயே இக்கட்டான நிலைமைக்குத் தள்ளப்படுவார்களென்று நினைக்கிறேன். ஆனால் இந்தப் பேச்சுக்களெல்லாம் எதைக் குறித்து நிற்கின்றன? பெண்கள் அனைவரும் வண்டிகளில் ஏறுவதற்கு உதவிசெய்யப்பட வேண்டியவர்கள், கிடங்குகளுக்கு மேலால் தூக்கிச் செல்லப்பட வேண்டியவர்கள், எங்கும் சிறந்த இடத்தையே பெற வேண்டியவர்களென்று அங்கேயிருக்கும் ஆண் சொல்கிறான். எவரும் நான் வண்டியிலேறுவதற்கு உதவி செய்ததில்லை; சேற்றுக் குட்டைகளைக் கடக்க உதவியதில்லை; சிறந்த இடங்களை எனக்குத் தந்ததில்லை. நான் பெண்ணில்லையா, என்ன? என்னைப் பாருங்கள்! எனது கையைப் பாருங்கள். நான் உழுதிருக்கிறேன், நடவு செய்திருக்கிறேன், தானியங்களைக் களஞ்சியத்தினுள் கொண்டுசேர்த்திருக்கிறேன். எந்த ஆணாலும் என்னைத் தலைமை யேற்க முடியாது. நான் பெண்ணில்லையா, என்ன? (வேலை கிடைக்கும் போதெல்லாம்) ஒரு ஆணைப்போலவே என்னாலும்

உழைக்க முடியும், தண்டனையையும் ஏற்றுக்கொள்ள முடியும். நான் பெண்ணில்லையா, என்ன? ஐந்து குழந்தைகளைப் பெற்று, அவர்கள் அனைவரும் அடிமைகளாக விற்கப்படுவதையும் பார்த்தேன். ஒரு தாயின் துயரத்தோடு நான் அழுதபோது, இயேசு மட்டுமே என்னைக் கேட்டிருந்தார் நான் பெண்ணில்லையா, என்ன?"

துரதிர்ஷ்டவசமாக, யார் யாரை ஒடுக்கிறார்களென்ற குழப்பம் இன்று இயக்கத்தின் அங்கத்தவர்களிடையே நிலவுகிறது. இந்நாட்டில் நீதியை நிலைநிறுத்தும் எமது போராட்டத்தில், கருப்பின சக்தியின் மீள்வருகையிலிருந்து, கருப்பின ஆண் மிக முக்கியமான தலைமைப் பொறுப்பை ஏற்றுக்கொண்டுள்ளான். பெரும்பாலான சந்தர்ப்பங்களில் இந்த ஒடுக்குமுறை அமைப்பு உண்மையில் என்னவாக இருக்கிறதென்பதை அவன் புரிந்து கொள்கிறான். இவ்வமைப்பின் விழுமியங்களையும் பண்புகளையும் பெரும்பாலான விடயங்களில் மறுதலிக்கும் அதேவேளை, பெண்களென்று வரும்போது மட்டும் தனது முன்மாதிரிகளை யெல்லாம் பெண்களின் குடும்ப சஞ்சிகை (Ladies' Home Journal) யிலிருந்தே பெற்றுக் கொள்கிறான்.

குறித்த சில கருப்பின ஆண்கள், தாம் இந்தச் சமூகத்தால் விதையடிக்கப்பட்டுள்ளதாகவும், ஆனால் கருப்பினப் பெண்களோ ஏதோவொரு வகையில் இவ்வடக்குமுறையிலிருந்து தப்பித்தது மட்டுமல்லாமல், தமது ஆண்மை நீக்கத்துக்கும் துணைபுரிந் துள்ளார்கள் என வாதிடுகிறார்கள். இங்கே நான் மீளவும் வலியுறுத்திக் கூற விரும்புகிறேன்: அமெரிக்காவில் கருப்பினப் பெண்ணின் நிலை "அடிமையின் அடிமை" என்றவாறாகவே இருக்கிறது. அமெரிக்காவில் வாழும் கருப்பின ஆண் கொடிய அடக்குமுறைக்கு உள்ளாவதால் கருப்பினப் பெண்ணுக்கு பாதுகாவலரில்லை. இந்தக் கொடிய அமைப்பு கருப்பின ஆண்களுக்கெதிராக கட்டவிழ்த்து விட்டிருக்கும் அத்தனை கொடுமைகளுக்கும் ஒரு பலியாடாக அவள் தொடர்ந்தும் பயன்படுத்தப்பட்டுக் கொண்டிருக்கிறாள். அவளது உடல் பற்றிய சித்திரம் வன்மத்தாலும் அவதூறுகளாலும் தீட்டப்பட்டுள்ளது. வெள்ளையினக் காலனியவாதியால் அவள் பாலியல்ரீதியான துன்புறுத்தல்களுக்கும், தாக்குதல்களுக்கும் உள்ளாகியிருக்கிறாள். மிக மோசமான பொருளாதாரச் சுரண்டல்களை அவள் எதிர்கொண்டிருக்கிறாள். தனது குழந்தைகள் கவனிப்பாரற்று பசியில் வாட, வெள்ளையினப் பெண்ணின் வேலைக்காரியாகவும், வெள்ளையினக் குழந்தைகளின் பராமரிப்பாளராகவும் பணியாற்ற அவள் நிர்ப்பந்திக்கப்பட்டுள்ளாள். சமூகத்தின் சூழ்ச்சிக்குள்

அகப்பட்டு, பாலியல் வன்புணர்வுக்குள்ளாக்கப்பட்டு, தனது குடும்பத்தை தரம் தாழ்த்துவதற்கான கருவியாகப் பயன்படுத்தப் பட்டு, இவற்றையெல்லாம் திசைதிருப்புவதற்கான எந்த ஆற்றலுமற்று மிக இழிந்த நிலையிலேயே அவள் வாழ விதிக்கப்பட்டுள்ளாள்.

எமது துணைவர்களும், தந்தையரும், சகோதரரும், மகன்மாரும் ஆண்மை நீக்கம் செய்யப்பட்டதும், தூக்கிலிடப்பட்டதும், சித்திரவதைக்குள்ளானதும் உண்மையே. இவ்வுலகத்தில் மனிதத்தின் மீது நிகழ்த்தப்பட்ட மிகக் கொடிய வன்முறையை அவர்கள் எதிர்கொண்டனர். ஆனால் கருப்பினப் பெண்களும் கருப்பின ஆண்களுக்கெதிரான ஒடுக்குமுறையில் பங்காற்றினர் எனக்கூறுவது தரவுகளைத் திரிபுபடுத்துவதாகும். முதலாளிய அமைப்பு, கருப்பின ஆண்களை அடிமைப்படுத்தும், ஒடுக்குமுறைக்குள்ளாக்கும் தனது பணியை முன்னெடுப்பதற்கு கருப்பினப் பெண்களுடன் எந்தவிதமான ஒப்பந்தத்திலும் கைச்சாத்திடவில்லை.

இங்கே குறிப்பிடப்பட வேண்டிய மற்றுமொரு முக்கிய விடயம், கருப்பின ஆண்கள் அதிகாரப் படியில் மேலேறுவதை கருப்பினப் பெண்கள் வெறுக்கவில்லை. நாம் அதை வரவேற்கிறோம். எம்மை அடக்கியாளும் இந்த அமைப்பிலிருந்து கருப்பின மக்கள் அனைவரும் விடுதலையாகும் எதிர்காலத்தை நாம் அதில் காண்கிறோம். ஆனால் அதற்காக ஒருவரை மற்றொருவர் எதிர்க்க வேண்டியதில்லை. அவ்வாறான சிந்தனைப்போக்கு தவறான அறிதலின் விளைவேயாகும். அதாவது, ஒன்றில் X அல்லது Y எனக் கருதுதல். கருப்பின ஆண் வலிமை பெறுவதற்கு கருப்பினப் பெண் பலவீனமானவளாக, நலிந்தவளாக மாற வேண்டுமெனக் கோருவது மிகத் தவறான வாதம்.

கருப்பினப் பெண்களை குடும்பத்திற்கமைவான, அடங்கிய வகிபாகத்தை ஏற்றுக்கொள்ளுமாறு கூறுவதன் மூலம் தமது ஆண்மையை நிரூபிக்க முயல்பவர்கள் கருப்பினப் புரட்சிக்கு ஊறு விளைவிப்பவர்கள். ஆண்களைப் போலவே கருப்பினப் பெண்களும் இந்த அமைப்பினால் ஒடுக்குமுறைக்குள்ளாக்கப்பட்டு வருகின்றனர். எனவே நாமும் அனைத்துவிதமான ஒடுக்குமுறை களுக்குமெதிராக உரையாடத் தொடங்க வேண்டும். முதலாளித்துவ ஒடுக்குமுறையைத் தூக்கியெறியக்கூடிய வலிமையான தேச மொன்றைக் கட்டியெழுப்புவதைப் பற்றி நாம் உரையாடு கிறோமென்றால், இவ்விடுதலைச் செயன்முறையில் ஒவ்வொரு

ஆண், பெண் மற்றும் குழந்தையினதும் முற்றுமுழுதான பங்களிப்பைப் பற்றியும் அவர்கள் ஒவ்வொருவரினதும் அரசியல் விழிப்புணர்வு மேம்பாட்டைப் பற்றியும் அக்கறை கொள்ள வேண்டியிருக்கிறது. எமது முழு இராணுவமும் எதிரிகெதிராக போராட வேண்டும்; வெறும் பாதி இராணுவம் மட்டுமல்ல.

குழந்தை பெறுவதையும் பராமரிப்பதையும் தவிர சிறந்த பணி எதுவுமில்லை எனக் கருதும் கருப்பினப் பெண்களும் இருக்கிறார்கள். இத்தகைய மனப்பாங்கு நாம் வாழும் சமூகத்தையும், வெள்ளையின குடும்ப முன்மாதிரியிலிருந்து (முழுமையாக, எந்தவித மாற்றங்களுமின்றி) நாம் தரவிறக்கிக் கொண்ட பண்புகளையுமே பிரதிபலிக்கிறது. குடும்பத்தைப் பராமரிக்கும் பொறுப்பை ஒருபோதும் அனுபவித்திராத, அதன் ஒடுக்கும் வகிபாகத்தை உணர்ந்திராத சில இளம் சகோதரிகள் (சில இளம் சகோதரர்களின் துணையுடன்) தாய், வீட்டிலிருக்கும் துணைவி போன்ற பாத்திரங்கள் பற்றிய அதீத கற்பனை நவிற்சியைக் கொண்டிருக் கிறார்கள். தமது வாழ்வின் தலையாய பணியாக இத்தகைய பாத்திரங்களையேற்று வாழ நிர்ப்பந்திக்கப்பட்ட கருப்பினப் பெண்கள் அவற்றை கற்பனா இலக்காகக் கருதப் போவதில்லை.

இத்தகைய பாத்திரம் எவ்வளவு சிறந்ததென்று அறிவார்த்தமாக வாதிடும் எவரும், கருப்பினத் தேசத்துக்கு தாம் வழங்கக்கூடிய சிறந்த வெகுமதி குழந்தைகளே என நம்பும் எவரும் தமக்குத்தாமே அநீதியை இழைக்கிறார்கள். இதுபோன்ற வாதங்கள், கருப்பினத்தவரின் விடுதலைக்கான போராட்டத்தில் கருப்பினப் பெண்களின் வரலாற்றுப் பங்கினை முற்றுமுழுதாக மறைக்கின்றன. Sojourner Truth, Harriet Tubman, Ida B. Wells-Barnett, Mary McLeod Bethune, Fannie Lou Hamer போன்ற இன்னும் பல கருப்பினப் பெண்கள் விடுதலைப் போராட்டத்தில் பெரும் பங்காற்றியவர்கள்.

பெருந்தொழில்மயப்பட்ட சமூகத்தில் நாம் தற்போது வாழ்கிறோம். கருப்பினத் தேசத்தின் ஒவ்வொரு அங்கத்தவரும் கல்வித்துறை சார்ந்தும், தொழினுட்பம் சார்ந்தும் தம்மை மேம்படுத்திக்கொள்ள வேண்டிய தேவையிருக்கிறது. புரட்சி யொன்றை முன்னெடுக்க சிறந்த ஆசிரியர்களும், மருத்துவர்களும், தாதியரும், மின்னியல் நிபுணர்களும், இரசாயனவாதிகளும், இயற்பியலாளர்களும், பௌதிகவியலாளர்களும், அரசியல் விஞ்ஞானிகளும் எமக்குத் தேவைப்படுகின்றனர். வீட்டிலமர்ந்து கொண்டு தமது குழந்தைகளுக்கு கதைகள் வாசிக்கும் கருப்பினப் பெண்கள் புரட்சிக்கு உதவப் போவதில்லை.

கருப்பினப் பெண்கள் மீதான பொருளாதாரச் சுரண்டல்

முதலாளித்துவ பொருளாதார அமைப்பு பெண்களை அடிமைப்படுத்துவதை ஒரு தகுந்த வழிமுறையாகக் கொள்கிறது. இவ்வமைப்பின் தீவினைகளுக்கெல்லாம் பெரும்பாலும் அவர்களே பலியாடாகின்றனர். தெற்கைச் சேர்ந்த வறுமைப்படுத்தப்பட்ட வெள்ளையினத்தவன் எவ்வாறு கருப்பினத்தவரை இழிந்தவர் களாகக் கருதி கருப்பினத்தவருக்கெதிரான ஒடுக்குமுறையில் பங்களிக்கிறானோ, அதேபோல, தாம் மேலானவர்களென்ற (தமது குடும்பத்தினுள் அல்லது பெண்களுடனான தமது உறவுகளில்) ஒரு மாயைத் தோற்றத்தை ஆண்களுக்குள் ஏற்படுத்துவதன் மூலம், பெண்கள் மீதான மேலாதிக்கம் ஒருவித தப்பித்தல் வழிமுறை யாகின்றது. ஆளும் வர்க்கத்தினருடனான தமது உறவில் ஆண்கள் மிகக் கொடிய சுரண்டல்களுக்கும், மனிதத்தை அழிக்கும் வன்முறைகளுக்கும் உள்ளாகலாம். ஆனால், அவர்கள் தமக்குக் கீழே வேறொருவரைக் கொண்டிருக்கிறார்கள் ஆகக்குறைந்தது, அவர்கள் பெண்களல்ல.

பெண்கள் உபரித் தொழிலாளர் வழங்கீட்டினையும் பிரதிநிதித்துவப்படுத்துகின்றனர். அதனைக் கட்டுப்படுத்துதல் முதலாளியத்தின் இலாபமீட்டும் செயற்பாட்டுக்கு மிக அவசியமாகின்றது. திட்டமிடப்பட்ட வகையில் பெண்கள் இவ் வமைப்பினால் சுரண்டப்படுகின்றனர். ஒரே வேலைக்கு அவர்கள் ஆண்களை விடவும் குறைவான ஊதியத்தையே பெறுகின்றனர். பெண்களுக்கென்று ஒதுக்கப்பட்டுள்ள வேலைகளும் குறைவான ஊதியம் கொண்டவையாகவும், எவ்விதமான முன்னேறுதலுக்கும் வாய்ப்பற்றவையாகவுமிருக்கின்றன. ஐக்கிய அமெரிக்காவின் தொழில்வாய்ப்புக்கான அமைச்சின் பெண்கள் பிரிவின் தரவுகளின்படி, வெள்ளையினப் பெண்களின் ஊதியம் கருப்பின ஆண்களதை விடவும் குறைவானதாகவிருக்கிறது. வெள்ளையினத் தவரல்லாத பெண்களின் ஊதியம் வேறெவரையும் விடக் குறைவானது:

வெள்ளையின ஆண்கள் $6,704

வெள்ளையினத்தவரல்லாத ஆண்கள் $4,277

வெள்ளையினப் பெண்கள் $3,991

வெள்ளையினத்தவரல்லாத பெண்கள் $2,861

கருப்பினப் பெண்களை வேலைக்கமர்த்தும் அமெரிக்கத் தொழில்மையங்கள் வேறெந்த நிறுவனங்களையும் விட

ஒப்பீட்டளவில் தமது தொழிலாளர்களை அதிகம் சுரண்டுபவை. வீட்டுவேலை அல்லது வைத்தியசாலை வேலைகளுக்கு அமர்த்தப்படும் தொழிலாளர்கள் இதற்கான சிறந்த உதாரணங்கள். நியூயோர்க் நகரத்தின் ஆடையுற்பத்தித் தொழிலாளர்கள் பொருளாதார அடிமைத்தனம் பற்றிய மாற்றுச் சிந்தனையினை எமக்குள் உருவாக்குபவர்கள். சர்வதேச பெண் ஆடையுற்பத்தித் தொழிலாளர்கள் சங்கத்தின் (International Ladies Garment Workers Union - ILGWU) தலைமை முற்று முழுக்க வெள்ளையின ஆண்களால் நிறைந்தது. ஆனால் சங்கத்தின் உறுப்பினர்களோ பெரும்பாலும் கருப்பின அல்லது புவர்ட்டோ ரீக்கப் பெண்கள். ஆளும் வர்க்கத்தினருடன் இணைந்து செயற்படும் இச்சங்கத்தின் தலைமை, கூட்டாண்மை அமைப்புக்கு தன்னை முற்றுமுழுதாக விற்றுவிட்டிருக்கிறது.

அதற்கும் மேலாக, ILGWU இனவாத, இன ஒதுக்கீட்டுக் கொள்கை கொண்ட தென்னாபிரிக்க வணிக நிறுவனங்களிலும் (சங்கத்தின் பணத்தைக் கொண்டு) முதலீடு செய்துள்ளது. தனது உறுப்பினர்களின் நலன்களை முழுதாகப் பிரதிநிதித்துவப்படுத்தாத இத்தலைமை, அமெரிக்க நாட்டில் எமது தொடர்ந்த சுரண்டல்களுக்குப் பங்காற்றுவது மட்டுமல்லாமல், எமது தாய்நிலமான ஆபிரிக்காவிலும் எமது கருப்பின சகோதரர்களையும் சகோதரிகளையும் பொருளாதார வன்புணர்வுக்குள்ளாக்கும், கொலை செய்யும் ஒரு கொடிய அரசின் பொருளாதார மேம்பாட்டுக்கு கருப்பின மற்றும் புவர்ட்டோ ரீக்கப் பெண்கள் வழங்கிய பணத்தை எந்த வெட்கமுமின்றி பயன்படுத்தி ஆதரவளிக்கிறது.

ஐக்கிய அமெரிக்காவின் தொழிலாளர் இயக்கங்கள் அனைத்துமே கருப்பினத் தொழிலாளர்கள் மற்றும் பெண்கள் மீதான அதிகேவலமான சுரண்டல்களால் பாதிக்கப்பட்டுள்ளன. தொழிலாளர் சங்கங்கள் எப்போதுமே இனவாதம் மேலோங்கும், தன்னாட்டுப் பற்றுடைய அமைப்புகளாகவே திகழ்ந்து வந்தன. அவை அமெரிக்காவின் இனவாதத்தைத் தூக்கிநிறுத்தியபடி, உலகின் வேறு மூலைகளில் இடம்பெறும் ஏகாதிபத்திய சுரண்டல்களுக்கெதிராக குரல் கொடுத்து வந்துள்ளன. வெள்ளையினத் தொழிலாளர்களின் வெள்ளைத் தோல் சலுகைகளுக்கெதிராக அவை ஒருபோதும் போராடியதில்லை. பெண் தொழிலாளர்களை வேலைக்கமர்த்துவதன், ஊதியப் பாகுபாட்டின் அநீதிகளை அவை கேள்விகேட்டதுமில்லை, அவற்றுக்கு கவனம் வழங்கியதுமில்லை. வெள்ளையினத்

கருப்பினப் பெண்ணியப் பிரகடனம்

தொழிலாளர்களின் இனவாதத்துக்கெதிரான, அல்லது தொழில்புரியும் பெண் மீதான பொருளாதாரச் சுரண்டலுக் கெதிரான எந்தப் போராட்டமும் இதுவரை நிகழ்ந்ததில்லை. ஆனால் இந்த இரு விடயங்களும் ஆளும் முதலாளிய வர்க்கத்துக்கெதிரான உண்மையான போராட்டத்தை முன்னெடுப்பதற்கான பெரும் தடைக்கற்களாக இருந்து வருகின்றன.

கருப்பினத் தொழிலாளர்களையும் பெண்களையும், அதிலும் முக்கியமாக கருப்பினப் பெண்களை, இனவாத தன்னார்வப் பற்றுடைய சூழ்ச்சி நிறைந்த சுரண்டலுக்குப் பயன்படுத்துவது அமெரிக்காவின் தொழிலாளர் அமைப்புகளை கொடிய புற்று நோயொன்றைப் போல பீடித்திருக்கிறது. ஆகையால், முதலாளித் துவத்தினதும் ஏகாதிபத்தியத்தினதும் செயற்பாடுகளைப் புரிந்துகொண்ட எவரும், கருப்பின மக்கள் மற்றும் பெண்கள் மீதான சுரண்டல் அனைவரது நலன்களுக்கும் எதிரான தென்பதை புரிந்துகொள்ளலும் அவசியமாகின்றது. இவ்விரு குழுக்களினதும் விடுதலையே அமெரிக்காவிலும் உலகமெங்கும் ஒடுக்குமுறைக் குள்ளாக்கப்படும் ஏனைய அனைத்து குழுக்களினது விடுதலைக்குமான முதற்படியாக அமையும்.

படுக்கையறை அரசியல்

கருப்பினப் பெண்கள் மீதான பொருளாதார மற்றும் உளவியல் சுரண்டல் பற்றிய சுருக்கமான அறிமுகமொன்றைப் பார்த்தோம். ஆனால், நவீன காலத்தின் மிகப் புதுமையான ஒடுக்குமுறை என்னவென்றால், சனத்தொகைச் சமநிலையைப் பேணவும், எல்லாமும் கொண்ட வெள்ளையினத்தவருக்கும் எதுவுமற்ற வெள்ளையினத்தவரல்லாதவருக்குமிடையிலான அதிகாரப் பாகுபாட்டைப் பேணவுமென பரப்பப்படும் வெள்ளை யினத்தவரல்லாத பெண்களின் கருவளத்தை அழிப்பதற்கான பிரச்சாரமே எனலாம்.

கருப்பின மக்களின் மீதான தமது கட்டுப்பாட்டை இன்னும் இறுக்குவதற்காக அதிகார வர்க்கத்தினர் பயன்படுத்தும் பலவிதமான தந்திரமான உத்திகளுள் இதுவுமொன்று. "கருத்தடை"க்கான பரந்தளவிலான பிரச்சாரமொன்று உலகின் வெள்ளையல்லாத மூன்றாமுலக பாகங்களில் மட்டுமல்ல, அமெரிக்காவின் கருப்பினச் சமூகங்களுக்கு மத்தியிலும் இடம்பெற்று வருவதாக அண்மையில் நாம் அறிய நேர்ந்தது. இத்தகைய

திட்டங்களின் பொறுப்பிலிருப்பவர்கள் "கருத்தடை" என அழைப்பது திட்டமிடப்பட்ட இனவழிப்பே தவிர, வேறல்ல.

ஐக்கிய அமெரிக்கா வெள்ளையினப் பெரும்பான்மையில்லாத பல நாடுகளிலும் கருத்தடை மருந்தகங்களுக்கு ஆதரவளித்து வருகிறது. அதிலும் முக்கியமாக இந்தியாவில் புது டெல்லி மற்றும் அதன் புறநகர்ப் பகுதிகளில் வாழும் ஏறத்தாழ 3 மில்லியன் இளம் ஆண்கள் ஏற்கனவே அமெரிக்க அமைதிப் படைத் தொழிலாளர்களால் உருவாக்கப்பட்ட தற்காலிக அறுவை சிகிச்சையகங்களில் கருத்தடைக்குள்ளாகியுள்ளனர். இந்தப் பின்னணியில், அமெரிக்காவின் அமைதிப்படையினை ஏன் சில நாடுகள் பொருளாதார மேம்பாடடையாத நாடுகள் மீதான அக்கறையில் அமெரிக்கா முன்னெடுக்கும் ஒரு பெருந்தன்மையான செயற்றிட்டமென்று கருதாமல், தமது இருப்புக்கெதிரான அச்சுறுத்தலாகக் கருதுகின்றன என்பதை விளங்கிக்கொள்ள முடிகிறது. இச்செயற்றிட்டத்தை "கொலைப்படை" என அழைப்பது இன்னமும் பொருத்தமாக இருக்கலாம்.

விதைநாள அறுவை (Vasectomy) ஆண்கள் மீது நிகழ்த்தப்படும் வெறும் ஆறு அல்லது ஏழு நிமிடங்களே எடுக்கக்கூடிய, மிக எளிய அறுவை சிகிச்சையாகும். பெண்ணுடல் மீதான கருத்தடையோ பாரிய, சிக்கலான அறுவைச் செயன்முறை. Salpingectomy எனும் இவ்வகையான அறுவை உணர்வறு நிலையில் மருத்துவமனையொன்றிலேயே நிகழ்த்தப்பட வேண்டும். இந்தக் கருத்தடை முறை புவர்ட்டோ ரீக்கோவில் மிகச் சாதாரணமாகப் புழக்கத்திலிருக்கிறது. புவர்ட்டோ ரீக்கோவானது அமெரிக்க காலனீயச் சுரண்டல்வாதிகளால் நெடுங்காலமாக பரீட்சார்த்த ஆய்வுகூடமாக பயன்படுத்தப்பட்டு வந்தது. சில மருத்துவ ஆய்வுகள் புவர்ட்டோ ரீக்கோவில் பரீட்சிக்கப்பட்டதன் பின்னரே அமெரிக்காவுக்கு கொண்டுவரப்பட்டு பயன்படுத்தப்படுகின்றன. கருத்தடை மாத்திரை முதன்முதலாக அறிமுகப்படுத்தப்பட்ட போது, அதன் வினைதிறனையும் பக்கவிளைவுகளையும் மதிப்பிடுவதற்கு அது முதலில் புவர்ட்டோ ரீக்கப் பெண்களிலும் தேர்ந்தெடுக்கப்பட்ட (வறுமைக்குட்படுத்தப்பட்ட) கருப்பினப் பெண்களிலுமே பரீட்சிக்கப்பட்டது.

புவர்ட்டோ ரீக்கோவில் Salpingectomy எனும் கருத்தடை அறுவை சிகிச்சை தற்போது சர்வ சாதாரணமாக நடைமுறையில் உள்ளது. குடல்வால் அறுவை சிகிச்சை (appendectomy) அல்லது அடிநாக்குச் சதை அறுவை சிகிச்சை (tonsillectomy) போன்றவற்றை விடவும்

அதிகம் பயன்பாட்டிலுள்ளது. இதனை மக்கள் வெறுமனே "சிகிச்சை" என்றழைக்குமளவு இது பரவலாக்கமடைந்துள்ளது. புவர்ட்டோ ரீக்கோவில் பதினைந்து வயதுக்கும் நாற்பத்தைந்து வயதுக்கும் இடைப்பட்ட பெண்களில் ஏறத்தாழ 20% வீதத்தினர் ஏற்கனவே கருத்தடைக்குட்படுத்தப்பட்டுள்ளனர்.

கருத்தடை மாத்திரைக்கு நிகழ்ந்ததைப் போல, தற்போது இந்தக் கருத்தடை அறுவை சிகிச்சையும் ஐக்கிய அமெரிக்காவுக்கு இறக்குமதி செய்யப்பட்டுள்ளது. கருத்தடை சிகிச்சையகங்கள் கருப்பின மற்றும் புவர்ட்டோ ரீக்க மக்கள் அதிகம் வாழும் இடங்களில் முளைக்கத் தொடங்கிவிட்டன. "தாய்மை சிகிச்சையகம்" என அழைக்கப்படும் இந்நிலையங்கள் கருப்பினப் பெண்களினதும் ஆண்களினதும் இனப்பெருக்க ஆற்றலை மட்டுப்படுத்துவதையே நோக்கமாகக் கொண்டு தொழிற்படுகின்றன. தற்போது இவை ஐக்கிய அமெரிக்காவின் பல்வேறு பிராந்தியங்களிலுமிருக்கும் மருத்துவமனைகள் மற்றும் மருந்தகங்களிலும் நிலைபெறத்தொடங்கியுள்ளன.

கருத்தடையை பிரபலப்படுத்துவதற்கென்றே சில அமைப்புகளும் உருவாகி வருகின்றன. தன்னார்வக் கருத்தடைக்கான அமைப்பு (Association for Voluntary Sterilization) மற்றும் நியூயோர்க் நகரத்தில் தலைமையகத்தைக் கொண்ட தன்னார்வக் கருத்தடைக்கான மனித மேம்பாட்டு அமைப்பு (The Human Betterment Association for Voluntary Sterilization) போன்றவை இவற்றுக்கான சில உதாரணங்களாகும். வேர்ஜினியா மாநிலத்தில் அமைந்துள்ள Front Royal நகரத்தின் வாரன் நினைவார்த்த மருத்துவமனை "தாய்மை சிகிச்சையகம்" ஒன்றினைக் கொண்டுள்ளது. வேர்ஜினியாவின் மாவட்டங்களுள் ஒன்றான Fauquier Countyயில் அமைந்துள்ள இன்னுமொரு சிகிச்சையகம் வறுமைக்குட்படுத்தப்பட்ட ஆதரவற்ற கருப்பின தாய்மாரையும் இளம் பெண்களையும் கருத்தடைக்கு நிர்ப்பந்திப்பதற்கு பயன்படுத்தும் உத்திகள் அந்த சிகிச்சையகத்துக்கு மட்டுமே உரித்தானவையல்ல.

அரசு வழங்கும் பொதுநலநிதியில் தங்கி வாழும் சில கருப்பினப் பெண்கள் பொதுநலச் சலுகைகளைத் தொடர்ந்து பெறுவதற்கு இத்தகைய கருத்தடைச் செயன்முறைகளுக்கு தம்மை உட்படுத்த நிர்ப்பந்திக்கப்படுகிறார்கள். அதற்கு அவர்கள் ஒத்துழைக்கா விட்டால் நிவாரண உதவிகள் தடை செய்யப்படுமென அச்சுறுத்தப் படுகிறார்கள். இவ்வறுவை சிகிச்சைக்குட்பட பெண்களை சம்மதிக்க வைக்க முடிந்த போதெல்லாம் நியூயோர்க் நகரின் மௌன்ட்

சைனாய் மருத்துவமனை இச்சிகிச்சையை தனது பெண் நோயாளிகள் மீது நிகழ்த்துகிறது. மிசிசிப்பியும் வேறு சில தெற்கு மாநிலங்களும் இதற்குப் பெயர்போனவை. மருத்துவமனையை விட்டு வெளியேறும்போது சில உள்ளூறுப்புகளை இழந்துதான் வெளியேற வேண்டிவருமென்ற தயக்கத்தில், எவ்வகையான அறுவை சிகிச்சையை தம்மீது அனுமதிக்கவும் கருப்பினப் பெண்கள் தற்போது தயங்குகிறார்கள்.

வெள்ளையின மத்திய வர்க்கத்தின் மருத்துவ ஆய்வுக்கூடமாக கருப்பினப் பெண்களைப் பயன்படுத்துவதை நாம் வன்மையாகக் கண்டிக்கிறோம். கருத்தடை மாத்திரைப் பயன்பாட்டின் (மரணம் உள்ளிட்ட) பக்கவிளைவுகளைப் பற்றி வெள்ளையின சலுகை கொண்ட வர்க்கத்தினர் அதனால் பாதிக்கப்படும்போதுதான் நாமும் அறிந்துகொள்கிறோம். மருத்துவ ஆய்வாளர்களால் மேற்கொள்ளப் படும் இத்தகைய மோசடிச் செயன்முறைகள், கருப்பினப் பெண்கள் மீது முதலாளிய அமைப்பு கட்டவிழ்த்து விட்டிருக்கும் எந்த மனிதாபிமானமும், விழுமியமுமற்ற ஈனச்செயல்களின் இன்னொரு வெளிப்பாடேயாகும். கிட்டத்தட்ட இருபத்தைந்து வருடங்களுக்கு முன்னர் வதை முகாம்களில் முன்னெடுக்கப்பட்ட கருத்தடைப் பரிசோதனைகள் தற்போது உலகமெங்கும் கைவிடப்பட்டுள்ளன. ஆனால் விடுதலையடைந்தவர்களின் நிலமெனவும், வீரர்களின் வீடெனவும் கருதப்படும் ஐக்கிய அமெரிக்காவில் திட்டமிட்ட வகையில் இடம்பெறும் அதே இனவாத தந்திரோபாயங்கள் குறித்து யாரும் கவலைகொள்வதாகத் தெரியவில்லை. ஜேர்மனியின் புகைக்கூடங்களைப் போலவே ஐக்கிய அமெரிக்காவின் கருத்தடைச் செயற்றிட்டமும் கொடுமையானதும், நீண்டகால நோக்கில் அதே இலக்கை வினைத்திறனுடன் அடையவல்லதுமாகும்.

கருக்கலைப்புக்கெதிரான இந்நாட்டின் இறுக்கமான சட்டங்கள் அடிமைப்படுத்தலுக்கும், கொலை செய்தலுக்குமான வெற்றிகரமான வழிவகையாகும். பணம்படைத்த வெள்ளையினப் பெண்கள் சிரமங்களுடனோ அல்லது சிரமங்கள் ஏதுமற்றோ எப்படியேனும் கருக்கலைப்புச் சேவைகளைப் பெற்றுக்கொள்கிறார்கள். வறுமைக் குட்படுத்தப்பட்ட கருப்பின அல்லது புவர்ட்டோ ரீக்கப் பெண்களே கசாப்புக்கடைக்காரரின் தயவை நாடவேண்டியவர் களாகிறார்கள். மருத்துவத் தகைமைகளேதுமற்ற கருக்கலைப்பாளரின் கையில் இறக்க நேரும் வெள்ளையினத்தவரல்லாத பெண்களின் மரண வீதம், வெள்ளையினப் பெண்களினதை விட அதிகமானதென தரவுகள் கூறுகின்றன. நியூயோர்க் நகரில், குழந்தைப்பேறு சார்ந்த மரணங்களில் ஏறத்தாழ ஐம்பது வீதமான மரணங்கள்

கருக்கலைப்பின் காரணமாக நிகழ்கின்றன. அவற்றிலும் 79% வீதமானவை வெள்ளையினத்தவரல்லாத மற்றும் புவர்ட்டோ ரீக்கப் பெண்கள் மத்தியிலேயே இடம்பெறுகின்றன.

கருப்பினப் பெண்கள் கருத்தடையையோ குடும்பத் திட்டமிடலையோ முன்னெடுக்கக்கூடாதென நாம் வாதிடவில்லை. தமது போராட்டத்தின் நலன்களினடிப்படையில் குழந்தை பெறுவது சாதகமானதா இல்லையா என்பதனை தீர்மானிக்கும் முழு உரிமையும் பொறுப்பும் கருப்பினப் பெண்களுக்குரியது. அதேவேளை, தனது தனிப்பட்ட நலன்களினடிப்படையில் எப்போது குழந்தை பெறுவது, எத்தனை குழந்தைகளைப் பெறுவது, எந்த இடைவெளியில் பெறுவது போன்றவற்றைத் தீர்மானிக்கும் முழு உரிமையும் பொறுப்பும் கூட பெண்களுக்கு மட்டுமே உரியது. இவ்வுரிமை வேறெவருக்கும் கையளிக்கப்படக்கூடாது.

பாதுகாப்பான கருத்தடை வழிமுறைகள் கிடைக்காதிருத்தல், நிரந்தர கருத்தடை சிகிச்சைகளைப் பெற நிர்ப்பந்திக்கப்படுதல், சட்டத்துக்குட்பட்ட கருக்கலைப்பு சேவைகளைப் பெற முடியாதிருத்தல் போன்றவை மனிதரின் இனவிருத்திச் செயன்முறைகளைக் கட்டுப்படுத்தும் நோக்கில் கருப்பினப் பெண்ணின் (அதன் மூலம் அத்தனை கருப்பினத்தவரதும்) சுகாதாரத்தை சிதைக்கும் இந்தச் சீர்கேடுற்ற சமூகத்தின் பக்கவிளைவுகளேயாகும். கருப்பினப் பெண்கள் மீதான இவ்வகையான அடக்குமுறை படுக்கையறையின் அந்தரங்கத்துள் அரசியலைக் கொண்டுவரும் உரிமை தனக்குள்ளதென நம்பும் சமூகமொன்றைப் பிரதிபலிக்கிறது. இத்தகைய கொடிய நிலைமைகளை அகற்றுவதன் மூலமே கருப்பினப் பெண்களை விடுதலையடையச் செய்யவும், புரட்சியில் அவர்களது முற்றுமுழுதான பங்களிப்பைப் பெறவும், பின்னர் ஒரு புதிய சமூகத்தைக் கட்டியெழுப்பும் பணியில் அவர்களை ஈடுபடுத்தவும் முடியும்.

வெள்ளையின இயக்கத்துடனான உறவு

அண்மைக்காலமாக ஐக்கிய அமெரிக்காவின் வெள்ளையினப் பெண்கள் விடுதலை இயக்கம் தொடர்பாகப் பலதும் எழுதப்பட்டு விட்டன. இந்தப் போராட்டத்துக்கும்/ கருப்பினப் பெண்களின் முற்று முழுதான விடுதலைப் போராட்டத்துக்கு மிடயில் ஏதேனும் தொடர்புகளிருக்கின்றனவா என்ற கேள்வியெழுகிறது. இரு

தரப்பினரும் ஒரே சுரண்டல் அமைப்புக் குட்பட்டே வாழ்வதால் இரு இயக்கங்களுக்கிடையேயும் ஒருமைப்பாடுகள் காணக் கிடைக்கின்றன; அதேவேளை, மிக அடிப்படையான முக்கிய வேறுபாடுகளுமிருக்கின்றன.

வெள்ளையினப் பெண்களின் இயக்கம் ஒற்றைப்படையானதல்ல. ஏகாதிபத்தியக்கெதிரான, இனவாதத்துக்கெதிரான கருத்தியலைக் கொண்டிராத எந்த வெள்ளையின இயக்கமும் கருப்பினப் பெண்களின் போராட்டத்துடன் இயைபாக முடியாது. மூன்றாமுலக மக்களின் மத்தியில் பெருங்கேடு விளைவிக்கும் வெள்ளையின ஆண்களின் அமைப்பில் வெள்ளையினப் பெண்களும் சமபங்கு கேட்கிறார்களா? அதிகாரமும் பதவியும் வாய்க்கப்பெற்ற பின்னர் வெள்ளையினப் பெண்கள் இனவாதி களாகவோ, சுரண்டல்வாதிகளாகவோ ஆக மாட்டார் களென என்ன உத்தரவாதம் எமக்கு வழங்கப்பட்டிருக்கிறது? வெள்ளை யினப் பெண்களின் இயக்கம் இவ்வாறான மிக முக்கியமான கேள்விகளை தனக்குத்தானே கேட்கத் தவறியிருக்கிறது.

இந்நாட்டின் ஒடுக்குமுறைச் சக்திகளுக்கெதிராக வாழ்வுக்கும் சாவுக்குமிடையிலான போராட்டத்தில் கருப்பின மக்கள் ஈடுபட்டுள்ளனர். இந்நிலையில், கருப்பினப் பெண்களின் முதன்மை நோக்கம் கருப்பின மக்களுக்கெதிரான முதலாளித்துவ, இனவாதச் சுரண்டல்களுக்கெதிராகப் போராடுவதாகவே இருக்கவேண்டும். ஆண் மேலாதிக்கம் அமெரிக்கச் சமூகத்தில் நிறுவனமயப்படுத்தப் பட்டுள்ளது உண்மையே என்றாலும், பெண்களின் இன்றைய நிலைமைக்கு அடிப்படைக் காரணமான பிரதான எதிரி குறித்தே நாம் கவனஞ்செலுத்த வேண்டும். சில குழுக்களோ தமது அடக்கு முறைக்கு ஆண் மேலாதிக்கமே ஒரே காரணம் என்ற தவறான புரிதலைக் கொண்டுள்ளனர். ஆகையால் அவர்களது செயற்றிட்டங்கள் தீவிர ஆண் எதிர்ப்புத் தன்மையை பிரதிபலிக்கின்றன.

வெள்ளையினப் பெண் விடுதலை இயக்கமானது மத்தியதர வர்க்கத்தினரால் முன்னெடுக்கப்படுவது இன்னுமொரு குறிப்பிடத்தக்க வேறுபாடாகும். அவர்களில் மிகச் சில பெண்களே கருப்பினப் பெண்கள் ஒவ்வொரு நாளும் எதிர்கொள்ளும் தீவிர பொருளாதாரச் சுரண்டல்களை அனுபவித்திருக்கிறார்கள். வீட்டுவேலை இழிநிலையானது, தமது மனிதத்தை சிதைக்கிறதென அவர்கள் கருதினால், கருப்பின பெண்ணொருவரை வேலைக் கமர்த்துவதன் மூலம் தமது விடுதலையை அவர்களால் பணம் கொடுத்து வாங்க முடியும். கருப்பினப் பெண்ணின் வாழ்வின்

பொருளாதார மற்றும் சமூக யதார்த்தங்கள் எமக்கு மிக முக்கிய மானவை. இது வெறுமனவே ஒரு அறிவார்த்தமான அடக்கு முறையல்ல; இயக்கமென்பது எமக்கு வெறும் உளவியல் வடிகால் மட்டுமல்ல; அது தொட்டுணரக் கூடியது; ஒவ்வொரு எத்தனிப்பிலும் எம்மால் அதைச் சுவைக்க முடிகிறது. கருப்பினப் பெண்களான நாம், கருப்பினத்தவர் அனைவரும் எதிர்கொள்ளும் அத்தனை பிரச்சனைகளையும் எதிர்கொள்ள வேண்டியவர்களாகிறோம். உண்மையில் எமதனைவரின் பிரச்சனைகளும் ஒன்றேதான்.

முதலாளித்துவம் மற்றும் இனவாதத்துக்கெதிராகவும் போராட வேண்டியதன் தேவையை வெள்ளையினக் குழுக்கள் உணராவிடின் அவர்களுக்கும் எமக்குமிடையே எந்தத் தொடர்புகளுமிருக்கப் போவதில்லை. அவர்களது தற்போதைய நிலைமைக்கான காரணம் சுரண்டல்வாத பொருளாதார மற்றும் சமூக அமைப்பே என்பதை அவர்கள் புரிந்துகொள்ளாவிட்டால், தமது உடல்களைச் சுரண்டுவதிலும் நுகர்வதிலும் ஆண்கள் குரூர திருப்தியும் இன்பமும் அடைவதனால்தான் தாம் இத்தகைய நிலைக்கு தள்ளப்பட்டிருக்கிறோம் போன்ற எண்ணக் கருத்துகளிலிருந்து (இத்தகைய கருதுகோள்கள் சில வெள்ளையினப் பெண் குழுக்களின் மத்தியில் பரவலாகப் புழங்குகின்றன) அவர்கள் வெளிவராவிட்டால், அவர்களுடன் இணைவதோ அல்லது தீவிர உரையாடல்களில் ஈடுபடுவதோ எமக்குச் சாத்தியமில்லை. காரணம், அவர்களின் கரிசனைகள் கருப்பினப் பெண்களுக்கும், கருப்பினப் போராட்டத்துக்கும் எவ்வகைத் தொடர்புமற்றவை.

புதிய உலகம்

கருப்பினச் சமூகம், அதிலும் முக்கியமாகக் கருப்பினப் பெண்கள், எத்தகைய சமூகமொன்றைத் தாம் உருவாக்கப் போகிறோமென்ற கேள்விகளையெழுப்பத் தொடங்க வேண்டும். முதலாளித்துவம் எவ்வகையில் எம்மை ஒடுக்கிறது என்பதைக் கவனித்தவாறு, அதன் தாக்கங்களை களையக்கூடிய நிறுவனங்களை நாம் உருவாக்க வேண்டும்.

நாம் உருவாக்கத் தலைப்படும் புதிய உலகம் அனைத்து வகையான ஒடுக்குமுறைகளையும் இல்லாதொழிக்க வேண்டும். தற்போதைய அமைப்பின் கடைநிலையில் இருக்கும், அதனால் அதிகம் ஒடுக்குமுறைக்குள்ளாகும் மக்கள் புதிய அமைப்பின் கீழ் எவ்வாறான தகுதியைக் கொண்டிருக்கிறார்களென்ற அடிப்படையிலேயே இந்தப் புதிய அமைப்பின் பெறுமதி

தீர்மானிக்கப்படும். அடிமைப்படுத்தப்பட்ட தேசங்களின் பெண்கள் முற்றுமுழுதாக விடுதலையடையாதவிடத்து, எந்தவொரு மாற்றமும் புரட்சி என அழைக்கப்பட முடியாது. கருப்பினப் பெண் ஆயுதப்போராட்டத்துக்கு முந்தைய தனது நிலைக்கு மீள்திரும்ப நிர்ப்பந்திக்கப்படுவாளேயானால், அந்த இயக்கமும் போராட்டமும் காலனித்துவத்திலிருந்து மக்களை விடுவிக்கும் தமது இலக்கிலிருந்து பின்வாங்கிவிட்டதாகவே கருத நேரும்.

ஆண்கள், பெண்கள் உள்ளிட்ட சமூகத்தின் ஒவ்வொரு அங்கத்தினரின் பங்களிப்பையும் உள்வாங்கும் ஒரு மக்கள் புரட்சி, அதில் பங்குபற்றுபவர்களில் பாரிய மாற்றத்தை ஏற்படுத்துகின்றது. விடுதலையினதும், சுய நிர்ணயத்தினதும் ஒரு துளியைத்தானும் சுவைத்த பின்னர், இனவாத முதலாளித்துவ ஆட்சியின் கீழ் நிர்ணயிக்கப்பட்ட பழைய நடைமுறைகளுக்கு எவராலும் திரும்ப முடியாது. புரட்சியென்பது விரும்பியே துப்பாக்கிச் சூட்டுக்கு இலக்காவதோ, தான் கொண்ட நோக்கத்துக்காக மரணிப்பதோ மட்டுமல்ல. சிலவகைகளில், அது மிக இலகுவாக நிறைவேற்றப்படக்கூடிய கடமை. புரட்சிக்காக மரணித்தலென்பது ஒரே சந்தர்ப்பத்துடன் முடிந்து விடுவது; புரட்சிக்காக வாழ்தலென்பது எமது அன்றாட நடைமுறைகளை மாற்றக்கோரும் கடினமானதொரு பொறுப்பு.

எம்மைச் சிதைக்கும் சமூகமொன்றில் வாழ்ந்ததன் பயனாக நாம் உருவாக்கி வைத்திருக்கும் பாரம்பரியமான நடைமுறைகளை மாற்றுவதன் மூலமே நாம் புரட்சிக்காக வாழ முடியும். அதாவது மனைவியுடன், கணவனுடன், பெற்றோருடன், சக பணியாளர் களுடனான எமது உறவை மாற்றியமைத்தல். விடுதலையடைந்த மக்களாக எம்மை மாற்றும் பயணத்தில், கருப்பினப் பெண்கள் எதிர்கொள்ளும் மிகத் தனித்துவமான சிக்கல்களைப் பற்றி உரையாட வேண்டியதன் தேவையை நாம் புரிந்துகொள்ள வேண்டும். மற்றைய அனைத்து மக்களுடனும் சேர்ந்து நாமும் விடுதலையடைய வேண்டும். புரட்சி வெற்றியடையப் போகும் அந்தச் சிறந்த எதிர்கால நாளுக்காகக் காத்திருந்து இச்சிக்கல்களைத் தீர்க்கும் பணியைத் தள்ளிப்போட முடியாது.

ஆண்கள் போருக்குத் தயாராகையில், பெண்களை வீட்டைப் பராமரிப்பவர்களாகவும், தாய்மாராகவும் இருக்கும்படி கோருவது புரட்சியாளருக்குப் பொருத்தமான கொள்கையல்ல. இவ்வமைப்பு எந்தளவு எம்மை அடிமைப்படுத்துகிறது, அதனை இல்லா தொழிப்பதற்கு நாம் எவ்வாறான நடவடிக்கைகளை முன்னெடுக்க

வேண்டுமென புரிந்து கொள்வதற்கான அரசியல் விழிப்புணர்வை ஒவ்வொரு தனிமனிதரும் தமக்குள் வளர்த்துக்கொள்ள வேண்டும். தம்மைப் புரட்சியாளர்களாகக் கருதும் எவரும் மற்றைய புரட்சியாளர்களை தமக்குச் சமமானவர்களாக நடாத்த வேண்டும். எனக்குத் தெரிந்தவரை, புரட்சியாளர்கள் அவரவரது பாலினத்தால் தீர்மானிக்கப்படுவதில்லை.

வயது முதிர்ந்தவர்களும், இளைஞர்களும், ஆண்களும், பெண்களும் போராட்டத்தில் பங்குகொள்ள வேண்டும். பராமரிப்பு வகிபாகங்களை அல்லது பண்பாட்டுக் கரிசனைகளை மாத்திரம் பெண்களுக்கென்று ஒதுக்கிவிடுவது ஒரு ஆபத்தான கொள்கை யாகும். சமூகத்தின் அனைத்து உறுப்பினர்களும் ஒடுக்குமுறையி லிருந்து விடுதலையடைந்த சமூகமொன்றையே நாம் உருவாக்க விருக்கிறோம் என்பதை ஆயுதப்போராட்டத்துக்குத் தம்மைத் தயார்ப்படுத்திக் கொண்டிருக்கும் கருப்பின ஆண்கள் புரிந்துகொண்டாலே ஒழிய, எமது போராட்டம் தனது இலக்கில் தோல்வியடைந்ததாகி விடும்.

எமது மக்களின் விடுதலைக்கும், உலகெங்குமிருக்கும் ஒடுக்கப்படும் மக்களின் விடுதலைக்கும் கருப்பின ஆண்களதும் பெண்களதும் ஒருங்கிணைந்த கடப்பாடு, ஒவ்வொரு தனிமனிதரினதும் முற்றுமுழுதான ஈடுபாட்டினைக் கோரிநிற்கிறது. புரட்சியாளரின் கடமை என்பது வெறுமனவே அதிகாரத்திலிருப்பவர்களை தூக்கியெறிவது மாத்திரமல்ல, அதிலும் முக்கியமாக, அனைத்து வகையான ஒடுக்குமுறைகளையும் இல்லாதொழிக்கும் புதிய நிறுவனங்களை உருவாக்குவதுமாகும். அந்தவகையில், ஆணுக்கும் பெண்ணுக்குமிடையிலான தனிப்பட்ட உறவுகள் குறித்த பாரம்பரிய புரிதல்களை நாம் மீள எழுத வேண்டும்.

கருப்பினச் சமூகம் ஒன்றுதிரட்டக்கூடிய அனைத்து வளங்களும் போராட்டத்துக்கென திசைதிருப்பப்பட வேண்டும். எமது குழந்தைகளும், அன்புக்குரியவர்களும், ஒவ்வொரு பிரஜையும் இனவாத முதலாளித்துவ சுரண்டல்களிலிருந்து விடுபட்டு, மரியாதைக்குரிய மனிதர்களாக வளரவும் வாழவும் கூடிய ஒரு உலகை உருவாக்கும் பணியில் கருப்பினப் பெண்கள் முக்கிய பங்காற்ற வேண்டும்.

கருப்பின இயக்கமும் பெண் விடுதலையும்

லின்டா லா ருய் (Linda La Rue)

தமிழில்: **கிருத்திகன்**

கருப்பினத்தவர் மற்றும் பெண்கள் மீதான "பொது ஒடுக்குமுறை" பொது இலக்கியவெளியில் எவ்வாறாக அடையாளப் படுத்தப்படுகிறது என்பதை நாம் முதலில் விவாதிக்க வேண்டி யுள்ளது. இது, அவலங்களைப் பொதுமைப்படுத்து வதனூடாக பெண்களின் இயக்கத்துக்கு முக்கியத்துவம் மற்றும் செல் தகுநிலையை வழங்குதற்காக, வேண்டுமென்றோ அன்றியோ வடிவமைக்கப் பட்ட கருத்துரைப்பாகும். தம்மைப் புரட்சிகர இயக்கமாக அடையாளப்படுத்தக்கூடிய ஒவ்வொரு இயக்கமும் பொதுவான ஒடுக்குமுறை என்பதாக ஏதாகிலுமோர் பொதுமைப் படுத்தப்பட்ட கருத்தமைவொன்றை முன்னிலைப்படுத்துகிற அதேவேளையில், சிற்சில விதிவிலக்குகளைத் தவிர, ஐக்கிய அமெரிக்காவில் வாழக்கூடிய வெள்ளையினப் பெண்களுக்கு, அவர்தம் வெள்ளையினக் கணவர் தவிர வேறெந்தக் குழுவினருக்கும் வாய்க்கப்பெறாத, உடல் மற்றும் உளரீதியிற் சுதந்திரமானதும் நிறைவானதுமான வாழ்வு கிட்டியிருக்கிறது என்பதை நாம் மிகத்தெளிவாகச் சுட்டவேண்டியிருக்கிறது. ஆக, கருப்பினத்தவர் மீதான ஒடுக்குமுறையையும் ஐக்கிய அமெரிக்காவின் வெள்ளையினப் பெண்களின் அவலங்களையும் ஒப்புமைப்படுத்திக்காட்டும் எந்த முயற்சியும், தூக்குக்கயிற்றில் தொங்கும் மனிதரின் கழுத்தையும், தேர்ச்சிபெறாத மலையேறி ஒருவரின் கொப்புளங்கள் நிறைந்த கையையும் ஒப்பிடுவதற்கு நிகரெனலாம்.

"Playboy" பத்திரிகையின் நடுப்பக்கங்களாலோ, அல்லது Christian Dior கீழிறக்குகிற ஆடைகளின் விளிம்புகளாலோ, அவர் சேர்க்கிற நவீன மடிப்புகளாலோ அல்லது பொன்னிறச்சிகைப்பெண்ணே வாழ்வை அனுபவிக்கிறாள் என்கிற Miss Clairolஇன் விளம்பர வாசகங்களாலோ சினந்துபோயிருக்கிற வெள்ளையினப் பெண் ஒருவர் எதிர்கொள்கிற ஒடுக்குமுறைக்கும், வேலையற்றிருக்கிற கருப்பினப் பெண்ணோ ஆணோ எதிர்கொள்கிற ஒடுக்கு முறைக்குமிடையிலிருக்கிற உண்மையான வேறுபாட்டை, "பொது ஒடுக்குமுறை" என்கிற அலங்காரச் சொல்லானது பிரதிபலிக்க மாட்டாது. தன்னுடைய குடும்பம் நிறைவாக உணவுண்ணப் பயன்படுத்திய கோப்பைகளைக் கழுவுவதற்கான தன்னுடைய எதிர்ப்பைக் காட்டும் சொகுசு வாய்க்கப்பெற்ற ஒரு புறநகர்வாழ் தாய் எதிர்கொள்கிற ஒடுக்குமுறையையும், சமூக நலவுதவி பெற்று வாழ்ந்துகொண்டு, தன்னுடைய குழந்தைகளுக்கு உணவளிப்பதற்கே போராடிக்கொண்டிருக்கிற ஒரு கருப்பினத் தாய் எதிர்கொள்கிற ஒடுக்குமுறைக்கும் ஏதாகிலும் தர்க்கரீதியான ஒப்பீடு இருக்க முடியுமா?

ஐயமுறாத ஒருவர், "பொது ஒடுக்குமுறை" என்கிற அலங்காரச் சொல்லும் அதனோடிணைந்த பிரச்சாரங்களும் தருகிற மாயை காரணமாகப் பெண்விடுதலைக் குறிக்கோள்களுடன் ஏற்படுத்திக் கொள்கிற அறிவார்ந்த இணக்கநிலை விவேகமான தல்ல. மேற்கண்ட கூற்று பெண்கள் தம்மைப் பீடித்திருக்கிற தளை களிலிருந்து வெளிவருதலின் தேவையை நிராகரிப்பதன்று. அதேவேளையில், இதுகாறும் சோர்வுத்தன்மையாலும், நளினமான அடக்குமுறைகளாலும், அதிகமான வீட்டுவேலைகளாலும் மட்டுமே பாதிக்கப்பட்ட பெண்களுடன் ஏற்படும் மேற்படியான இணக்க நிலையானது, கருப்பினத்தவர்கள் அனுபவிக்கிற உண்மையான ஒடுக்குமுறையின் காரணமான வேதனையின் ஆழத்தையும், வீச்சையும், தீவிரத்தையும், முக்கியத்துவத்தையும் மிகச்சிறிதான தாக்கிவிடும்.

இவ்வாறான பொதுமைப்படுத்தப்பட்ட ஒப்புமைகள் எல்லாவற்றையும் புறந்தள்ளி, வெள்ளையினப் பெண்களுக்கு வாக்குரிமை வழங்கப்பட்ட காலத்திற்கூட கருப்பின ஆணுக்கும் பெண்ணுக்கும் திட்டமிட்டவகையில் வாக்குரிமை வழங்கப்படா மையையும், சட்டமறுசீரமைப்புக் காலத்திலிருந்தே (Reconstruction Era) இந்நிலமை நீடித்து வருவதையும் நாம் கவனத்திற்கொள்ள வேண்டும். பெண்களின் வாக்குரிமை கேள்விக்குள்ளாகாத 1970 இற்கூட, தெற்கின் சில பகுதிகளின் கருப்பினத்தவர்கள் தேர்தலில்

வாக்களிப்பதென்பது ஒரு அரிய நிகழ்வாயிருக்கிறது. மத்தியவர்க்கப் பெண்களின் கருக்கலைப்புக் கான உரிமையையும், ஏழைப் பெண்களின் கருக்கலைப்புக்கான உரிமையையும் ஒரேதட்டில் வைத்துநோக்கும் மோசமான போக்கு உண்மை நிலவரங்களைக் கவனத்திற்கொள்வதில்லை. உண்மை நிலவரம் எதுவெனில், ஒரு மத்தியவர்க்கப் பெண், எப்போது குழந்தைகளைப் பெறுவது தனக்குத் தோதானது எனும் முடிவையும், ஒரு ஏழைப் பெண் ஏற்கனவே அரிதான வசதிகள் மட்டுமே கிடைக்கிற இவ்வுலகுக்கு இன்னொரு உயிரைக் கொண்டுவருவதா இல்லையா என்கிற முடிவையும் எடுக்கிறார்கள். இவ்விருவரினதும் நோக்கங்களும் ஒன்றானவையல்ல. இவ்விரு பெண்களினதும் அவலங்களுக்கிடையிலான வேறுபாடுகள் வேலையில்லாதபடியால் பட்டினியாகக் கிடக்கும் ஒருவருக்கும், ஒரு நாள் வேலைக்கு விடுமுறை எடுத்துவிட்டு மதியச் சாப்பாட்டைத் தவிர்க்கிற வசதிபடைத்த ஒருவருக்குமான வித்தியாசத்தைப் போலக் கண்கூடாகத் தெரிந்தாலும், இன்றைய இலக்கியப்போக்கு இவ்விருவர் எடுக்கும் முடிவுகளையும் பொதுமைப்படுத்தியே பார்க்கிறது.

பரந்த ஆபிரிக்கா என்கிற கொள்கை எமக்குப் பிடித்தமான தாயிருக்கிறது. மூன்றாமுலகத்தின் விடுதலை பற்றிய தரிசனமும் எமக்கிருக்கிறது. பல்வேறு இனங்களை உள்ளடக்கிய மானுட நேயமிக்க ஒரு ஆட்சிநிலை பற்றிய கனவுகளும் எமக்குள. ஆனால், நாம் வெளிப்படையாக இருந்து புறவாய்மையுடன் அணுகினோமா யிருந்தால், பெரும்பாலான கருப்பினத்தவர்கள், அதுவும், தங்களைப் பகுப்புகளிலிருந்து விலக்கிக்கொண்ட ஒரு பெருந்தொகையினர், மேற்படி குறிக்கோள்களை இலகுவான வழிமுறைகளிலேயே அடைந்துவிட நினைப்பதைக் கண்டு கொள்ளலாம். எமது போர்க்குணமுள்ள சகோதரர்கள் எம்மை நம்பவைப்பதைப்போல் ஐக்கிய அமெரிக்காவின் சமூக மதிப்பீடுகள் அவ்வளவு இலகுவில் கைவிட முடியாதவை. அமெரிக்க மதிப்பீடுகள் நீண்ட ஆபிரிக்க அங்கிகளணிந்த கர்ப்பிணிப் பெண்ணொருவர் ஆபிரிக்கர்களின் முடி ஒப்பனையைத் தழுவிக்கொள்வதோடு முடிந்துபோவதில்லை.

கருப்பின முஸ்லிம்களால் பின்பற்றப்பட்ட, Nixon இன் உரைகளில் சுட்டிக்காட்டப்பட்ட தன்னிச்சையான கருப்பின முதலாளித்துவப் போக்கானது, பெரும்பாலான கருப்பினத் தவர்களுக்கு சேரிகளிலிருந்தான விடுதலைக்கான வழியாகத் தெரிந்த தோடல்லாமல், கருப்பினத்தவர்கள் வெறுமே கருநிற ஆங்கில இனமரபினரே என்கிற பொதுவழக்குக்கு உரமூட்டும் ஒரு போக்காக

அமைந்தது. அறுபதுகளில் மீளுருவான விடுதலைப் போராட்ட காலத்தின்போது, சமூகத்தில் பெண்களுக்கான இடம் தொடர்பிற் செயற்பட்ட ஒரு பிரிவினர், கருப்பினப் பெண்களை உடனடியாகவே வீடுகள் மற்றும் குழந்தைகள் என்கிற குறுகியவட்டத்துக்குள் தள்ளிப் புறக்கணித்தார்கள். இது, நிக்சனின் கருப்பின முதலாளித்துவம் மற்றும் பொதுவில் வழங்கிவந்த கருநிற ஆங்கில இனமரபினர் என்கிற கருத்துருவாக்கங்களைப் போலவே மோசமானதொரு போக்காகும்.

பெரும்பாலான வளர்ந்துவரும் பிரதேசங்களையும், நாடு களையும் எடுத்துநோக்கினோமானால், பெண்களுக்கான கல்வியையும் சுதந்திரத்தையும் அனுமதிப்பதற்கான குறைந்தபட்ச முயற்சி களாவது இடம்பெற்றிருப்பதைக் காணலாம். இருப்பினும், கருப்பின அமெரிக்கர்கள் இன்னுங்கூட இந்த வளர்ந்து வரும் பிரதேசங் களிலிருக்கக்கூடிய “புதிய பங்காளர்” என்கிற கருத்தியலைத் தமதாக்கிக்கொள்ளாமல், தூய்மைவாத அமெரிக்கர்களின் “குழந்தைகளும் வீடும்” என்கிற, முதலாளிய முஸ்லிம்களால் ஆதரிக்கப்படும் கருத்தியலைத் தமதாக்கி யுள்ளார்கள். இது, அவர்களுக்குள் ஆழமாக வேரூன்றியுள்ள ஐக்கிய அமெரிக்கக் கருத்தியலை அல்லது குறைந்தபட்சக் கற்பனைத் திறணின்மையை எடுத்துக்காட்டுகிறது.

சில வாரங்களுக்கு முன்னர், பெண்கள் செய்தி இதழ் ஒன்றின் பதிப்பாசிரியராக பெண்ணொருவரே இருக்கவேண்டும் என பெண் விடுதலைச் செயற்பாட்டாளர்கள் சிலர் வாதிட்டிருந்தார்கள். வேறு சில பெண் இயக்கச் செயற்பாட்டாளர்களும் மறுதுறைகளிலும் வணிகப் பிரிவுகளிலும் இவ்வாறான கோரிக்கையை முன்வைத்து சிறிய பரப்புரைகளை முன்னெடுத்திருந்தார்கள். இதுவரை காலமும் வெள்ளையின ஆண்கள் கருப்பினத்தவர்களை விலக்கிவைப்பதன் மூலம் எல்லாவகையான வாய்ப்புக்களையும் தனியாதிக்க மாக்கியதன் மூலம், மேலான பதவிநிலைகளைத் தமதுடமையாக்கிக் கொண்ட போது பேசாது மௌனித்திருந்த வெள்ளையினப் பெண்கள், இப்போது, கருப்பினத்தவரோடு நேரடியாக வேலைவாய்ப்புக்காகப் போட்டியிடும் நிலையொன்று வரும்போது, அதுவும் தாம் போட்டியிடுகிற அதே வேலை வாய்ப்புக்காகக் கருப்பின ஆண்களும் பெண்களும் போட்டி யிட்டால், வெள்ளையின ஆண்களை விட எந்த வகையிலாவது திறந்த மனதுடனிருப்பர் என உண்மையாகவே எங்களால் எதிர்பார்க்க முடியுமா? இதுவரை காலமும் அமெரிக்காவில் நிகழ்ந்துவந்திருக்கக் கூடிய சமூக ஊடாட்டங்களை வைத்து

நோக்கும்போது, வெள்ளையினத்தவருக்குச் சாதகமாக விருக்கிற ஒரு பொருளாதார அமைப்பில், வெள்ளையினத் தவரென்ற தமது அடையாளத்தை வெள்ளையினப் பெண்கள் தமது நலன் களுக்காகப் பயன்படுத்திக் கொள்ளமாட்டார்கள் என்பது தர்க்க ரீதியாக ஏற்றுக்கொள்ள முடியாதது. 400 வருடங்களாகப் போராடித் தம்மீது கவனத்தை ஈர்த்துள்ள கருப்பினத்தவரின் விடுதலைக்கான இயக்கத்துடன் மிகச் சடுதியாகப் பெண்விடுதலை அமைப்புகள் கைகோர்த்திருப்ப தென்பது, கருப்பின விடுதலை இயக்கத்தின் மீதான கவனயீர்ப்பைப் பங்குபோடும் முயற்சியென்று கருது வதற்கான முற்றுமுழுதான சாத்தியமொன்றுமிருக்கிறது. சுருங்கச் சொல்லின், பெண்விடுதலை இயக்கம், கருப்பினப் பெண்கள் மீதும் கருப்பின விடுதலை மீதும் மிகக்குறைந்தளவேயான அக்கறை யோடும், வெள்ளையினப் பெண்களின் உரிமைகள் தொடர்பான நடைமுறை அக்கறையோடும் மட்டுமே கருப்பின விடுதலை இயக்கத்தோடு தாமாகவே வந்து இணைந்தது என வாதிடலாம்.

இரண்டு உலக யுத்தங்கள் உருவாக்கிய உற்பத்திசார் தேவைகள், கருப்பினத்தவர்களின் இடம்பெயராற்றல் மீதான கட்டுப்பாடு களைத் தற்காலிகமாகவாவது இல்லாமற்செய்ததுடன், கருப்பினத்தவர் மிகவும் முக்கியமானவொரு தொழிலாளர் வளமாக இப்பொருளாதாரவமைப்பில் நுழைவதற்கான வாய்ப்புக்களையும் உருவாக்கின. அதேபோல், பெண்களும் விரிவாக்கப்பட்ட அறிவியல் மற்றும் தொழில்மயமாக்கல் மூலமான நன்மைகளைப் பெற்றுக் கொண்டனர். பெண்களின் உடல் உழைப்பென்பது விதியன்று, விதிவிலக்கே என்பதாக அவர்களின் உயிரியல் வரம்பெல்லைகளை மாத்திரைகளாலும் இயந்திரமயமாக்கலாலும் வெற்றிகொண்டதன் மூலம், மிகவும் பெரியதும், எப்போதும் கிடைக்கக்கூடியதுமான பெண் தொழிலாளர் வளக்குழுமம் ஒன்று உருவாக்கப்பட்டுவிட்டது.

வெள்ளையினப் பெண் தொழிலாளர் வளக்குழுமம் ஏற்கனவே சரிவிலிருக்கிற உழைப்புச் சந்தையின் அடிமட்ட வேலைகளை நோக்கிப் படையெடுக்கத் தொடங்குகையில், ஏலவே முழுமையான வேலைவாய்ப்பற்றதும், வேலையமைவின்மையால் பாதிக்கப்பட்ட தொழிலாளர் குழுமத்தின் பெரும்பகுதியாக விளங்குகிறவர் களுமான கருப்பினத் தொழிலாளர் குழுமம் இன்னுமின்னும் வேலையமைவின்மைப் பிரச்சினைக்குட் தள்ளப்படும். பெண் விடுதலையை, பெரும்பாலான கருப்பினத்தவரை ஈர்க்கும் "ஒடுக்கப் பட்டவர்கள் எல்லாவிடமும் எழுச்சி பெறுகின்றனர்" என்கிற மார்க்சியக் கோசத்தின் நம்பிக்கைதரும் தொடக்கமாக ஏற்றுக் கொள்வதற்கு கொள்கையளவிலாவது நாம் தலைப்பட்டிருந்தோம்.

இருந்தபோதும், இனவாதம், போதாத கல்வி, வேலைப் பாகுபாடு, இன்னும் பாரதூரமான நிகரற்ற வாய்ப்புக்கள் என்பவற்றின் ஊற்றுவாய் ஆணாயிருத்தலிலோ பெண்ணாயிருத்தலிலோ இல்லை; முன்னரெப்போதையும் விட, அது ஒருவர் கருப்பினத் தவராயிருப்பதிலிருக்கிறது.

கருப்பினத்தவர் புதிய பெண்விடுதலை இயக்கங்களோடு கொள்ளக்கூடிய எவ்வகையான புத்திகூர்மையற்ற இணக்க நிலைகளையும் தடுப்பதையே இந்த விவாதம் தன்னுடைய முதன்மையான நோக்கமாகக் கொண்டுள்ளது. வலதுசாரி தொழிலக வளாகத்தின்மீது வீசியெறியப்படும் அலங்காரச் சொற்களும், சாபங்களும், இறுதி மானுட விடுதலை பற்றிப் பேசுகிற இலட்சியவாதமும், போட்டி மனப்பான்மையை வாழ்முறை யாக்கும் இந்த அமைப்பின் மீதான கண்டனங்களும் பெண் விடுதலை இயக்கம் தம் விடுதலை தவிர்த்து வேறெவரின் விடுதலையையும் தம் நோக்கமாகக் கொண்டிருப்பதாகப் பொருள்தரா. வரையறைகளை நாம் தெளிவாகவுரைக்கும் காலம் இதுவாகும். கருப்பினத்தவர்கள் ஒடுக்கப்பட்டவர்கள், அதாவது, வெள்ளையின அதிகாரவர்க்கத்தால் அநியாயமாகச் சுமையேற்றப் பட்டு, நீதியில்லாமல் கடுமையாகவும், கொடூரமாகவும், கடுங் கண்டிப்போடும், தீவிரமாகவும் பிணைக்கப்பட்டவர்கள். அதே வேளையில், வெள்ளையினப் பெண்கள், அடக்கப்பட்டவர்கள். அதாவது, வெளிப்படையாகவும் அகவிழிப்போடும் செயற்படுவதற்கு அனுமதி மறுக்கப்பட்டவர்கள் அல்லது அவ்வாறான செயற்பாடு களிலிருந்து ஒதுக்கிவைக்கப்பட்டவர்கள். இதுதான், கருப்பின விடுதலை இயக்கத்துக்கும் பெண் விடுதலை இயக்கத்துக்குமான வேறுபாடு.

சிலருக்கு, பெண் விடுதலை இயக்கத்துடனான இவ்வாறான புத்திகூர்மையற்ற இணக்கப்பாடுகளிலுள்ள ஆபத்துக்கள் காரணமாக, பெண் ஒடுக்குமுறையே இப்புதிய பொருளாதார அச்சுறுத்தலுக்கெதிரான ஆயுதமாகத் தோன்றலாம். வேறு சிலருக்கோ, இன்னும் மேலான பதில் தேவைப்படலாம். அப்பதில், பெண்விடுதலையைச் சரியான கோணத்திற் பார்ப்பதற்கு வேண்டியதாயுமிருக்கலாம்.

கருப்பின விடுதலையியக்கம் தன்னுடைய முற்று முழுதான புரட்சிகர அகவிழிப்பைப் பெறமுன்னரே, கருப்பினப் பெண் விடுதலை பெற்றாகவேண்டும் என்று சொல்வது அர்த்தமற்ற தட்டையானவாதமாகும். வெள்ளையினத்தவரிடமிருந்து நமதாக்கிக்

கொண்ட நல்ல குடும்பத்துக்கான மேற்கோளாகவிருக்கும், மனநிறைவற்ற ஆண்பெண் உறவுமுறைகளிலிருந்து கருப்பினப் பெண் விடுவிக்கப்படவேண்டுமென்று சொல்வது அர்த்தமுள்ளதாகும். ஏனெனில், வெள்ளையின முன்மாதிரிகளுக்கும் கருப்பின விடுதலைக்குமான ஒவ்வாமைத்தன்மையை அது எடுத்துக்காட்டும். பெண் விடுதலைக் கிளர்ச்சியிலிருந்து எதையாகிலும் நாம் கற்றுக்கொள்வதாயின் பின்வருவனவற்றைக் கூறலாம்: அதாவது, கருத்தரித்தலையும் பாலூட்டுதலையும், அவையிரண்டையும் சாத்தியமாக்கும் முறைமையையும் தவிர்த்த, மற்றைய ஆண்பெண் உறவுமுறை வகிபாகங்கள் யாவுமே இயற்கையானதோ, இயல்பாகவே ஒருவருக்கு உரித்தாவதோ அல்ல; அவை பின்பற்றக்கூடியவையும் பரிமாற்றிக்கொள்ளக் கூடியவையுமே.

கருப்பினக் குடும்பங்களின் நோக்கமாகவும் பலமாகவும் விளங்குவதாக நான் விவரித்துச் சொல்லக்கூடிய "சமூகவகிபாக ஒருமைப்பாடு" என்பதற்கும் "பங்கு பறித்தல்" என்பதற்கும் பாரிய வேறுபாடுண்டு. அமெரிக்கச் சமூகத்திலே ஆணுக்கும் பெண்ணுக்குமான வகிபாகங்கள் இயற்கையானவையாயும் புனிதமானவையாயும் கருதப்படுகின்ற நிலைமை காரணமாக, இப்பாத்திரங்கள் மீதான போலியான தன்முனைப்பு மிகுந்த பற்றுதல் ஏற்படுகிறது. அடிமை முறை நிலவிய காலத்திலும், சட்ட மறுவுருவாக்கக் காலத்திலும், கருப்பின ஆண்கள் பல காரணங்களுக்காகத் தன்னைப் பற்றிய தாழ்வுணர்ச்சிகளைக் கொண்டிருந்தார்கள். அக்காரணங்களில் ஒன்றாக கருப்பினப் பெண்களுக்கென ஒதுக்கப்பட்ட சில வேலைகள் கருப்பின ஆண்களுக்குக் கிடைக்காமலிருந்தமையைக் குறிப்பிடலாம். இவ்வேலைகளில் இருப்பவர்களுக்கு மேலதிக (சிறிதளவேயெனினும்) உணவு, துணிகள் மற்றும் அடிப்படையான எழுத்து மற்றும் வாசிப்புத் திறன் ஆகிய சின்னஞ்சிறு ஆதாயங்கள் கிட்டப்பெற்றன. அதேவேளை Sojouner Truth சுட்டிக்காட்டியபடி "வண்டிகளில் ஏறுவதற்குக்கூட உதவி வாய்க்கப்பெற்ற, சாக்கடைப்பள்ளங்களுக்கு மேலால் தூக்கிவரப்படுகிற, எங்கெங்கும் மேலான இடங்களில் இருக்கும்", வேலை செய்வதற்கான தேவை இல்லாத வெள்ளையினப் பெண்களின் அணிவகுப்பைத் தம்முன் கண்ட கருப்பினப் பெண்கள், பொறாமையும் தாழ்வுணர்ச்சியும் கொண்டார்கள்.

இதன்பால் எழும் பெண்களுக்கான "மதிப்பு" மற்றும் ஆண்களின் சமூக வகிபாகத்துக்குக் கிடைக்கும் மேலாதிக்கம் ஆகியன, ஆண் மற்றும் பெண்ணின் சமூக வகிபாகங்கள் மாறும் இயல்பற்றவை

என்கிற கட்டுக்கதைக்கு வலுச்சேர்த்தன. Frazier ஆல் பாவிக்கப் பட்ட, Moynihan ஆல் சுரண்டப்பட்ட "தாய்வழி மரபு" என்கிற சொற்பதமானது, வாய்ப்புகளில் நிலவும் ஏற்றத்தாழ்வுகளுக்கும், வேலைக்கான ஆட்சேர்ப்பில் இருக்கும் பாகுபாட்டுக்கு, பலவகைப்பட்ட மற்றைய சமூக நோய்களுக்கும் காரணமான கோழைத்தனமானதும் இயல்பற்றதுமான வகிபாக நிலை மாற்றத்தைக் குறித்து நிற்கப் பயன்பட்டது. "தாய்வழி மரபு" என்பது புனிதமான அல்லது இயற்கையான சட்டத்தை மீறுதலென்றும், ஆண் பெண்ணை விட மேல்நிலையிலிருக்கும் அதிகாரப் படிநிலை மீள நிலைநிறுத்தப்படும்வரை மேற்படி வரம்புமீறல் தண்டிக்கப்படு மெனவும் கருதப்படுகிறது.

வெள்ளையினப் பெண்களுக்கும், கருப்பின மக்களுக்கும் “தாய் தலைமை” அல்லது “தந்தை தலைமை” என்கிற வகிபாகப் பொறுப்புகள் ஒன்றுக்கொன்று உயர்வானவையோ தாழ் வானவையோ அல்ல என அங்கீகரிக்கவேண்டிய கடமை உண்டு. அவை சந்தர்ப்பங்களுக்கேற்பவும், பண்பாடுகளுக்கு ஏற்பவும் வேறுபடக்கூடிய வகிபாகப் பொறுப்புகளே. ஒரு விவாதத்துக்காகச் சொல்வதானால், ஒரு கருப்பினப் பெண்ணுக்கு, கருப்பின விடுதலை இயக்கத்தில் இருக்கக்கூடிய இடமென்பது, ஒரு வெள்ளையின முன்மாதிரியை ஆதரிப்பதே எனலாம். இவ்வாறான பாலின முதலாளிய, பாலினக் காலனிய நோக்கை ஆதரிப்பதென்பது இவ்வாறான இயக்கத்தில் இருக்கிற ஒரு ஆணுக்கோ பெண்ணுக்கோ ஏற்றதல்ல.

அல்ஜீரியப் புரட்சியின்போது, புரட்சிக்கான சூழ்நிலைகள் பொதுவான முன்மாதிரிகளை அடிக்கடி மாற்றிக்கொண்டிருந்த போது, பயமிகுந்ததும் சவாலானதுமான சூழ்நிலைகளில் கருப்பினக் குடும்ப முன்மாதிரிகளையும் வகிபாகங்களையும் மாற்றியமைத்த, அடிமைகளாயிருந்த தம் பாட்டிமாரை ஏமாளித்தனமாக வெறுக்கும் நிலைமையும் உருவாகியிருந்தது. இருந்தும், அல்ஜீரியப் புரட்சியில் பெண்களின் புரட்சிகரப் பங்களிப்பை கருப்பின இயக்கம் ஏற்றுக்கொண்டிருப்பது பொருத்தப்பாடற்றதாகத் தோன்றுகிறது. Fanon புகழ்பெற்ற வார்த்தைகளால் இந்த வகிபாக மாற்றத்தைப் பற்றிப் பின்வருமாறு எழுதுகிறார்:

“தளைகளிலிருந்து தன்னை வெளிப்படுத்திக்கொண்ட, புரட்சியில் மென்மேலும் முக்கியமான பங்கை வகித்த அல்ஜீரியப் பெண்ணானவர், தன்னுடைய ஆளுமையை விருத்திசெய்து கொண்டதுடன், தன்னுடைய மேன்மையுண்டாக்கும் பொறுப்புக் களையும் கண்டுகொண்டார். அல்ஜியர் அல்லது கொன்ஸ்ரன்ரீன்

மலைப்பாதைகளில் துப்பாக்கிகளையும் கையெறிகுண்டுகளையும் சுமக்கிற, நாளைக்கே துன்புறுத்தப் பட்டும், வரம்பு மீறப்பட்டும், சீற்றமடைந்தும் இருக்கக்கூடிய இப்பெண், தன்னுடைய முந்தைய மனோநிலைக்குப் போகவோ, தன்னுடைய கடந்தகால வாழ்முறைக்கு மீளவோ மாட்டார்." (Frantz Fanon, A Dying Colonialism, New York: Grove Press, 1965, p. 107)

ஆக, அடிமைத்தனத்துக்கெதிரான தப்பித்தலில் கருப்பினப் பெண்கள் மிகவும் முக்கியமான பங்காளர்களாக மாறுகிறார்கள், அதன்மூலம் தம்முடைய ஆளுமையையும் பொறுப்பையும் விருத்திசெய்துகொள்கிறார்கள் என நாம் சொல்லமுடியாதா? துன்புறுத்தப்பட்டும், வரம்புமீறலுக்காளாகியும், சீற்றமடைந்து மிருக்கும் இப்பெண்கள் தம்முடைய முந்தைய மனோநிலைக்கும், வாழ்முறைக்கும் மீண்டுசெல்வார்கள் என எதிர்பார்த்தல் தகுமா?

இவ்விவாதத்தின் சாரம் என்னவெனில், கருப்பின மக்கள் அடிமைக்காலம் தொட்டு, அமெரிக்காவில் அவர்களின் இருப்பு முழுமைக்கும், புரட்சிக்கான சூழ்நிலைகளுக்கும் அழுத்தங் களுக்கும் உட்பட்டே வாழ்ந்து வந்திருக்கிறார்கள். உலகின் கண்களுக்கு வருவதற்கு *400* ஆண்டுகள் தேவைப்பட்ட கருப்பின விடுதலைப் போராட்டத்தில் எதிர்கொள்ளப்படும் ஆபத்துக்களும் உளவியற்சோர்வுகளும், அல்ஜீரியப் போராட்டத்துக்கு எந்த வகையிலும் சளைத்தவை அல்ல. எந்தப் புரட்சியும், அதுசார் ஆணினதும் பெண்ணினதும் தலைசிறந்த பங்களிப்பையே கோரிநிற்கிறது. இவ்வடிப்படையிலேயே Moynihan இன் "தாய்வழி மரபு"தான் கருப்பினத்தவரின் பிரச்சினைகளுக்கான மூலகாரணி என்கிற வாதம் ஆதாரமற்றதும், பொருளற்றதுமாகும். அவர் கருப்பின விடுதலைப் போராட்டத்தையும், அப்போராட்டம் கருப்பினக் குடும்பத்தின் மீது சுமத்தியுள்ள கடப்பாடுகளையும் அங்கீகரிக்கத் தவறுகிறார்.

கருப்பின வரலாற்றில் மிகவும் சோதனையானதும் கசப்பானதுமான ஒரு அனுபவத்தை, கருப்பின ஆணின் ஆண்மையைப் பறிக்கிற இழிவான சதி என்பதாக மட்டுமே புரிந்துகொள்வதற்குக் கருப்பினத்தவரும் வெள்ளையினத்தவரும் அனுமதித்திருப்பது எவ்வளவு அருங்கேடான செயல். இந்தக் கட்டுக்கதை தொடர்ந்து நிலைநிறுத்தப்பட்டு வந்ததனால், அல்ஜீரியாவில் நிகழ்ந்த சமூகவகிபாக மாற்றங்களுக்கான காரணிகள் உருக்குலைக்கப்பட்டு, அமெரிக்காவின் கருப்பின ஆண்களையும் பெண்களையும் பிரித்தாளுவதற்குப் பயன்பட்டது.

"கருப்பினப்பெண்கள் அன்பைப் பலவீனமென்று பொருள் கொள்வர். அவர்களுக்கு ஒரு சிறுவாய்ப்பு நல்குவீர்களெனில், உங்களைச் சிலுவையிலுமறைவர்... இது ஒரு நாகபாம்புடன் செல்லம் கொஞ்சுவதற்கு நிகர்த்ததாகும்." (Eldridge Cleaver, Soul on Ice, New York, McGraw Hill, 1968, p. 158)

அமெரிக்காவின் ஆண் மேலாதிக்கத்தையும், பெண்ணடிமைத் தனத்தையும் வலியுறுத்தும் சமூக மதிப்பீடுகள் எவ்வாறு எமது ஆண்பெண் உறவுகளுக்குள்ளே முழுமையாகவும் ஆழமாகவும் ஊடுருவியிருக்கிறன என்பதை உணராமல், மேற்கண்ட சமூக மதிப்பீடுகள் கருப்பினத்தவரைப் பிரித்தாள்வதிலும் இனவாதத்தை நிலைநிறுத்துவதிலும் செலுத்தும் செல்வாக்கை எம்மாற் சரியாகக் கணிக்கமுடியாது.

பெரும்பாலான அமெரிக்க உறவுமுறைகள் அனைத்துமே உயர்ந்தவர்கள் தமக்கிடையேயும், தாழ்ந்தோர் தமக்கிடையேயும் நிகழ்த்தும் தனித்த போட்டிகளிலேயே கட்டமைக்கப்பட்டுள்ளன. அதாவது, மேற்சொன்ன குழுக்களிலே இருக்கும் ஏழைகள், கல்வி கிட்டாதோர், இல்லாதோர், சிறுபான்மையினர் ஆகியோர் அவர்களுக்குக் கிட்டக்கூடியதாயிருக்கிற மிகச்சிறிதளவு வளங்களுக்காகவும் குறைந்தளவு வாய்ப்புக்களுக்காகவும் தம்மிடையே அடித்துக்கொள்வர். அதேவேளை, கல்வி கிட்டியோர், மத்திய தர வர்க்கத்தினர், சிறப்புரிமை பெற்றோர், மற்றும் சில வெள்ளையினச் சிறுபான்மையினர், தங்களுக்குக் கிட்டியிருக்கும் மிதமிஞ்சிய வளங்களுக்காகவும், வாய்ப்புக்களுக் காகவும், அதிகாரங்களுக்காகவும் அடித்துக்கொள்வர். இவ்விரு பெருங்குழுக்களுக்குமிடையே போட்டிகள் நிகழ்வது அபூர்வமே. ஏனெனில், மற்றைய குழுவுடன் போட்டிபோடும் தகவுள்ள ஒரு சிலரும், எந்தக் குழுவோடு போட்டிபோட விரும்பினார்களோ அதே குழுவால் உள்வாங்கிக்கொள்ளப்படுகிறார்கள். கருப்பின மத்தியதர வர்க்கம் இதற்கான நல்ல உதாரணமாகும். அமெரிக்காவிலே ஆணுக்கும் பெண்ணுக்கும், கருப்பினத்தவருக்கும் வெள்ளையினத் தவருக்கும் ஒரேயொரு சமமான ஊடாட்டம் இருக்கிறது. அவ்வூடாட்டமும் நீங்கள் கிடைக்கிற வளங்களுக்கு பலவந்தமாகத் தகுதி பெறுந்தக வுள்ளவரா என்பதிலேயே தங்கியிருக்கிறது என்பதை நாம் கவனத்திற்கொள்ளவேண்டும்.

ஆயினும், கருப்பின விடுதலை இயக்கத்துக்குள் மேற்படி போட்டி வரையறைகளை மீள்வடிவமைக்க முயலாமல், பெரும்பாலான கருப்பின ஆண்கள் கிட்டப்பெற்ற கொஞ்ச வளங்களையும்

ஆண்களுக்கானவையாக வலியுறுத்தியதோடல்லாமல், ஆண்களின் ஆதிக்கத்தை கருப்பினப் பெண்களால் தகர்க்கமுடியாத தொன்றாகவும் ஆக்கிக்கொண்டனர். இதுவே அமெரிக்கப் பாணியிலான சுரண்டலாகும்.

Dr. Robert Staples பின்வருமாறு சொல்வார்: *"கருப்பினப் பெண்கள் சுதந்திரமானவர்களாக இருப்பதென்பது கருப்பினத்தவர்கள் அனைவரும் விடுதலைபெறும்வரை சாத்தியமில்லை"* (Robert Staples, The Myth of the Black Matriarchy, The Black Scholar, Jan-Feb., 1970, p. 16)

அவரது இக்கூற்றை ஏதுவாக்கும் தர்க்கப்படிநிலைகள் வேண்டுமென்றோ அன்றியோ பின்வருமாறு அமைக்கப்பட்டிருக்கின்றன: கருப்பினப்பெண்களால் தம்முடைய பெண்ணடையாளத்தையும், கருப்பின அடையாளத்தையும் பிரித்தாள முடியும். ஆகையால், அவர்களால் கருப்பினத்தவராக விடுதலையடைய முடியும், அல்லாவிட்டால் பெண்ணாக விடுதலையடைய முடியும்; அல்லது, கருப்பின ஆண்களுக்கான விடுதலை முதலில் எட்டப்பட வேண்டும்; அல்லது, இறுதியாக, கருப்பின ஆணுக்கானதும், கருப்பினப் பெண்ணுக்கானதுமான விடுதலைகளும், ஒட்டுமொத்தக் கருப்பினத்துக்குமான விடுதலையும் ஒன்றானவையல்ல.

சமூகவகிபாகங்களின் ஒருமைப்பாடு என்கிற கருத்தாக்கமே அமெரிக்காவில் நிலவுகிறதும், நற்பேறற்றவகையில் Dr. Staples இன் கூற்றில் உட்பொதிந்திருப்பதுமான மானுடவிடுதலை பற்றிய சில்லறைத்தனமான வரையறைகளைத் தாண்டி உயர்வதற்கான நம்பிக்கையை எமக்கு வழங்கவல்லது. சமூக வகிபாகங்களின் ஒருமைப்பாடென்பது பின்வரும் புரிந்துணர்வுகளினடிப்படையிலானது:

• குறித்த சில பண்புகள் மீதும், நடவடிக்கைகள் மீதும் ஒருவர் கொண்டிருக்கிற பற்றானது ஆண் தன்மையையும் பெண் தன்மையையும் தீர்மானிக்கிற முறைமை இல்லாமற் போக வேண்டும். மாற்றாக, மேற்படி பற்றுக்கள் மேலும் பரந்துபட்ட நடவடிக்கைகள் மற்றும் பண்புகளுக்குப் பகிர்ந்தளிக்கப்படுவதன் மூலம், ஒருவரின் தன் மதிப்பீடானது அவரால் மேற் கொள்ளப்பட்ட நடவடிக்கையின் வீரியத்தினூடாகத் தீர்மானிக்கப் படுவதைக் குறைத்தல் வேண்டும்.

• வகிபாக மாற்றங்கள் மற்றும் ஒருமைப்பாட்டில் தாக்கஞ்செலுத்த வல்லோரது நெகிழுந்தன்மையானது, வரலாற்று ரீதியாக எந்தவகை

மக்களதும் நீடித்திருத்தலுக்கு அவசியமான ஒரு பண்பாகும். உதாரணம்: இஸ்ரேல், சீனா, அல்ஜீரியா.

ஆக, அமெரிக்க மதிப்பீடுகளைத் தெரியாமல் ஏற்றுக் கொள்வதோ, அல்லது தெரிந்தே அம்மதிப்பீடுகளை வேண்டு மென்றே காத்துப் பேணுதலோ, பின்வரும் ஒன்றுக்கொன்று தொடர்புடைய மூன்று நிலைகளைப் பிரதிபலிப்பதாயமையும்:

• கருப்பினத்தவரிடையே வளர்ந்துவரும் தாம் பாதுகாப்பாயும் நலத்தோடும் இருப்பதாயான உணர்வும், கருப்பினத்தவரின் பிரச்சினைகளின் படர்ச்சியை அடையாளங் காண்பதில் அவர்களின் தோல்வியும்;

• அமெரிக்காவிலே தமது இருப்பு உறுதிசெய்யப்படாத நிலையிலும் கருப்பினத்தவர் தம்மைப் பெரும்பான்மையுடன் அளவுக்கதிகமாக அடையாளப்படுத்திக் கொள்ளுந்தன்மை;

• கருப்பினத்தவர் "தாய்வழி மரபு" மேற்கொண்டிருக்கிற நம்பிக்கையும், அதன் காரணமாக சமூக வகிபாகங்களின் ஒருமைப்பாட்டைத் தேவையற்றதும், இயல்பற்றதுமெனக் கூறி நிராகரிக்குந்தன்மை.

கருப்பின வலு என்கிற சொல்லாடலும் பண்பாட்டுத் தேசியவாதமும் கருப்பினத்தவர் மிகவும் மோசமான ஒடுக்குமுறை களுக்கெதிராகப் போராடுந்தன்மையைப் அங்கீகரித்துப் பாராட்டும் அதேவேளை, கருப்பினத்தவர் இவ்வளவு காலமும் நிலைத்திருக்கக் காரணமாயிருந்த வகிபாக ஒருமைப்பாடு என்கிற தோற்றநிலைக் கொள்கையை நலிவுற்றுப்போகச் செய்கின்றன. அதற்கு மாற்றாக அவர்கள் முன்வைக்கும் வகிபாகப் பிரிவினை என்கிற பலவீன மானதும் வழிப்படுத்த முடியாததுமான கொள்கை, கருப்பின விடுதலை இயக்கத்தில் வலுவை இல்லாது செய்துவிடும். ஏனென்றால், இக்கொள்கையானது கருப்பின ஆண் மற்றும் பெண்ணின் ஒருங்கிணைவைக் கட்டுப்படுத்தவல்லது. கருப்பின ஆணை யும் பெண்ணையும் ஒருங்குசேர்க்க முடிந்தமையே அடிமைக் காலத்தில் கருப்பினத்தவரின் நிலைத்திருப்பை உறுதிசெய்தது.

கருப்பினத்தவர்கள் சிகை நேராக்கியையும், வெளிற்றும் களிமங் களையும் ஒதுக்கிக்கொண்டே, கருப்பினப் பெண்களின் வலுவைப் வெள்ளையினப் பெண்களின் சமூக அங்கீகாரத்தின் இழிவிசைக் குட்பட்டதாகவாக்கி அமெரிக்காவின் மோசமான மதிப்பீடுகளைப் பேணி வருகிற அதேவேளை, வகிபாக ஒருமைப்பாடு என்கிற கருத்திய லின் வலுவானது முற்றுமுழுதாகப் புறக்கணிக்கட்டு வருகிறது.

கருப்பின ஆண்கள் தமது கருப்பினச் சகோதரிகளுக்கு மேம்பட்ட சமூக அங்கீகாரம் கிடைக்கவேண்டும் என நினைப்பார்கள் என நினைக்கிறேன். கருப்பினப்பெண்களும், கொஞ்சம் சொகுசேற்றப் பட்ட, வெள்ளையினப் பெண்களாலும் கைவிடப்படப்பட்டுக் கொண்டிருக்கிற பெண்களின் கீழ்மையின் சிம்மாசனத்தைவிட மேலானதொரு சமூக அங்கீகாரத்தையே விரும்புவர்.

வெள்ளையினப் பெண்களின் அடுத்தபடியான விடுதலையானது, இப்போது நடைமுறையில் உள்ள, அவர்கள் தம்மை விடுவித்துக் கொள்ள விரும்பிய சில சமூக நடைமுறைகளை இன்னும் பலமாக்கும் என்பதைப் பெரும்பாலான பெண்விடுதலைச் செயற்பாட்டாளர்கள் விளங்கிக்கொள்ளவில்லை. அதிகளவிலான பெண்கள் முடிவெடுக்கும் பொறிமுறைகளில் பங்குபெறத் தொடங்கும் அதேவேளை, போராட்டங்களிற் பங்கெடுக்கிற மிகச் சிலராயிருக்கிற பெண்களை, மரபார்ந்த மத்தியதரப்பெண்கள் எண்ணிக்கையளவில் மேவுவர். அதாவது, இப்படியான மரபார்ந்த மத்தியதரவர்க்கப் பெண்கள், தீவிர முற்போக்கு பெண் விடுதலைச் செயற்பாட்டாளர்கள் பெற்றுக்கொடுத்த உரிமைகளைத் தமதாக்கிக்கொள்வதற்கான வசதிபடைத்த நிலமையில் இருப்பர். வாக்களிப்புத் தொடர்பான கற்கைகள், மத்தியதர மற்றும் மேல் வர்க்கத்தைச் சேர்ந்த மரபார்ந்த பெண்கள் தமது கணவர்களைப் போலவே வாக்களிக்கிறார்கள் என எடுத்துக்காட்டுகிறன. இதே கணவர்களோடுதான் கருப்பினத்தவர்கள் வேலைகளைப் பெற்றுக்கொள்ளவும், கல்வி வாய்ப்புகளுக்காகவும், வதிவிட வசதிகளுக்காகவும் சங்கடமான தொடர்புகளைக் பேணி வந்திருக்கிறார்கள். அக்கணவர்களோடு கருத்தியல்ரீதியாகப் பெரிதும் வேறுபடாதவர்களான, குறைந்தளவான சகிப்புத்தன்மை கொண்ட இவ்வெள்ளையினப் பெண்களுக்குக் கிடைக்கிற திறந்த அசைவியக்கத்துக்கான வாய்ப்புக்கள் கருப்பினத்தவருக்கு எவ்வகையான குறிப்பிடத்தக்க ஆதாயங்களையும் பெற்றுத்தரப் போவதில்லை.

வெள்ளையினத்தவரின் தீவிர முற்போக்குச்சிந்தனையானது அதிகாரத்தையும் பொறுப்பையும் கையிலெடுக்குமாறு அனைத்துப் பெண்களையும் கோருகிறது என்றால், ஏற்கனவே நடைமுறையி லிருக்கும் அமைப்பை வெள்ளையினப் பெண்கள் மென்மேலும் வலுவூட்ட, கருப்பினத்தவர்கள் மட்டும் கருப்பினப் பெண்களை குழந்தைகளையும் வீட்டையும் பராமரிப்பதற்கென ஒதுக்கமுடியுமா? கருப்பினப் பெண்களின் விடுதலைக்கான குரலானது, மிகவும் தேவையான ஒரு தொழிலாளர் படையை, அரசியலும் ஆற்றலுமற்ற

வெள்ளையினப் பெண்கள் முன்னொருகாலத்தில் ஏற்றுக் கொண்டிருந்த வகிபாகத்துடன் பிணைப்பதற்கு எதிரானதாகும். கருப்பினத்தவர்கள், இவ்விடுதலைக்கான போராட்டத்தில் பெண்களின் வகிபாகம் பற்றியும், எங்ஙணம் போராட்டத்தின் முன்னோடிகளாகப் பெண்கள் செயற்பட்டார்கள் என்றும் மிகுந்த உற்சாகத்துடன் பேசிக்கொண்டே, பெண்களுக்கு அவர்களின் உண்மையான ஆற்றலடிப்படையிலன்றி வெள்ளையினத்தவராற் குறித்துக் காட்டப்பட்ட குணவியல்புகளினடிப்படையில் பெண்களுக்கான ஒரு புதிய இடம் வழங்கப்பட்டிருப்பதைக் கண்டுகொள்ளத் தவறுகிறார்கள். கருப்பின இயக்கத்துக்கு அவர்களது பெண்கள் போர்க்குணத்தோடுதான் தேவைப்படுவர், அக்குணம் நீங்கிய நிலையிலல்ல. கருப்பினத்தவரின் போராட்டம் கத்திகளுக்கும், முட்கரண்டிகளுக்கும் நடுவிலோ, சலவைத் தேய்ப்புக்கட்டைகளின் மீதோ, குழந்தைகளின் அரைக்கச்சை வாளிகளுக்கு உள்ளேயோ நடைபெறுவதில்லை. அது, தொழிற்சந்தையிலும், தேர்தல்களிலும், அரசாங்கத்திலும், கருப்பினச் சமூகங்களைப் பாதுகாப்பதிலும், அவர்களின் வட்டார அதிகாரத்துக்கான போட்டிகளிலும், வீட்டுவசதிகளைப் பெறுவதிலும், கல்வி பெறுவதிலுமே நடைபெறுகிறது.

கருப்பினத்தவர்கள் நடப்பு நிகழ்வுகள் பற்றிய எவ்வித விழிப்பு மின்றித் தம் பெண்களை சூழித்தட்டில் நடைபெறுவதாகச் சொல்லப் படும் இல்லாத ஒரு சமருக்கு அனுப்பலாமா? இப்போதுங்கூட, பெண்கள் பற்றிய வெள்ளையின மதிப்பீடுகளைக் கருப்பினத் தவர்கள் தமதாக்கிக்கொண்டதன் விளைவுகளை கருப்பினப் பெண்களில் குறிப்பிடத்தக்கவகையிற் காணக்கூடியதாயிருக்கிறது. கருப்பின விடுதலை இயக்கம், அரசியற்றன்மை கொண்ட, விடுதலைபெறாத வெள்ளையினப் பெண் தன்மையின் பிரதி யொன்றை உருவாக்கியிருக்கிறது. போராட்டத்திற் பங்கு கொண்ட கருப்பினப்பெண்களில் பெரும்பாலானோரும் முதலாளியப் போட்டியைப் புறக்கணிப்பதற்கும், பால்சார் காலனியத்தை ஏற்றுக் கொள்வதற்கும் இடையிலிருந்த நுண்ணிய வேறுபாட்டை அடையாளங்காணத் தவறினர். இத்தடுமாற்றத்தைத் எதிர் கொள்ளவும் தீர்த்து வைக்கவும் கருப்பின விடுதலை இயக்கம் தவறியமையானது பின்வரும் குணவியல்புகளை அமெரிக்காவின் அரசியற்றன்மை கொண்ட கருப்பினப் பெண்ணில் நிலை நிறுத்தியது:

• "தாய்வழி மரபு" என்கிற புனைவின் மீதான நம்பிக்கை. கருப்பினப் பெண் தனது வலுக்குறித்து வெட்கமுற்றதோடு, தம்மை

மீளமைப்பதற்காக வெள்ளையினத்தவரிடமிருந்து ஆண்களின் மேலாதிக்கமுள்ள உறவே இயல்பானதும் இயற்கையானதும் என்ற நம்பிக்கையைத் தமதாக்கிக்கொண்டார். இதன்காரணமாக, தாம் ஒடுக்கப்படுவதன் மூலமே இயல்பான உறவுச் சமநிலை பேணப்படும் என்கிற முடிவுக்கும் வந்தார்.

• வெள்ளையினப் பெண் முன்மாதிரிகள் எல்லாக் கருப்பினப் பெண்களுக்கும் முன்மாதிரியாகக் காட்டப்படுவதனால், கருப்பினப் பெண் தான் போதாமை நிறைந்தவரெனக் கருதிக்கொள்வதுடன், கருப்பின ஆண்களின் கவனத்தையீர்க்கவென வெள்ளையினப் பெண்களின் "பெண்மை"யுடன் போட்டியிடுகிறார். மேலும், தாமே அதிக கருப்பானவரும் பெண்மைத் தன்மையுடையவரும் என்று காட்டுவதற்காகக் மற்றைய கருப்பினப் பெண்களுடன் போட்டியிடுகிறார். அவ்வாறாகத் அரசியற்றன்மையுடைய கருப்பின ஆண்களை ஈர்ப்பதில் தம்முடைய கருப்பினச் சகோதரிகளைவிட மேலானவராகக் காட்டிக்கொள்ள முயல்கிறார். மேலும், மரபார்ந்த வெள்ளையினப் பெண்ணின் வகிபாகத்தோடு தன்னைவிட அதிக பரிச்சயம் பெற்றவர்களாகக் கருதப்படும் அரசியற்றன்மையற்ற கருப்பினப் பெண்கள்பால் கருப்பின ஆணுக்கு மீளவும் ஈர்ப்பு ஏற்படாதிருக்கும்பொருட்டு, அரசியற்றன்மையற்ற பெண்களுடனும் அரசியற்றன்மைகொண்ட கருப்பினப்பெண் போட்டி போடுகிறார்.

• இறுதியாக, பெண்களின் மரபார்ந்த வகிபாகங்களான வீட்டுப்பராமரிப்பு, குழந்தைப் பராமரிப்பு, சுய பராமரிப்பு மற்றும் ஆண்களுக்கு ஆதரவான செயல்கள் என்பவற்றை வலியுறுத்து கிறார். அதேவேளை இவ்வகிபாகங்களை கருப்பினப் பெண்ணின் வகிபாகங்கள் என்று சொல்லி அரசியல் மயப்படுத்தவும் செய்கிறார். பின்னர், அவரது வாழ்வும் தொழிலும் மேலும் மேலும் இன விருத்திக்குப் பயனாயிருப்பதன் மூலம், கருப்பினப் போராட்டத்துக்கு வலுவூட்டுவது என்ற மனப்பாங்கையும் வரித்துக்கொள்கிறார்.

கருப்பினப் பெண்களுக்கு, "கருப்பு நித்திலங்கள்" பாட்டில் குறிப்பிடப்படுவதுபோல, உரித்தான இடம் கிடைத்திருக்கிறது, ஆனாலும் அவ்விடம் அமெரிக்க வரையறைகளுக்கேற்பவே வழங்கப்பட்டிருக்கிறது. மனித உறவுகள் பற்றியதும், சகமனிதருக்கான மரியாதை பற்றியதுமான அமெரிக்க மதிப்பீடுகள் சிதை வடைந்தவை என்பதை உணர்ந்துகொள்வது அவ்வளவு கடினமானதாயிருக்கிறதா? கருப்பின விடுதலை இயக்கத்தின் சுயநினைவை மீட்டெடுப்பதற்குப் பெண்விடுதலை இயக்கத்தின் தோற்றுவாய் தேவைப்பட்டிருக்கிறது.

இப்போது, தான் ஒரு "தாய்வழி மரபு" எதிராளியோ, குழந்தை செய்யும் இயந்திரமோ அல்லவென்று உரத்துக்கூறுவதுடன், தனக்கான புதிய வரைமுறைகளையும், ஒரு சகாவாக, நம்பிக்கைக்குரியவராக, ஒரு சமூகப் பிரசையாகத் தனக்கான அங்கீகாரத்தையும் கருப்பினப்பெண் கோரிநிற்கிறார். வகிபாக ஒருமைப்பாடென்பது ஆணுக்கும் பெண்ணுக்குமான குறைநிரப்பு அங்கீகாரத்தையே வலியுறுத்தி நிற்கிறது, அவர்களுக்கான போட்டி அங்கீகாரத்தை அல்ல.

அண்மைய காலங்களில் நிகழும், கருப்பினச் சமூகங்களின் கருத்தடை முறைகள் பற்றிய தணியாத சர்ச்சைகள் பெரு முக்கியத்துவம் வாய்ந்தவை. கருப்பின மக்கள், விடுதலையடைந்த சிந்தனைகளைக் கொண்டவர்கள் உட்பட, பெண்களின் போதாமை பற்றியும், ஆண்களின் இயல்பான மேன்மை பற்றியுமான கருத்தியல்களைக் கொண்டவர்களாயிருக்கிறார்கள். அதே வரையறைகளே குழந்தைகளுக்குள் ஓடும் நல்லிரத்தம் எனும் கருத்தியலினையும் ஊக்குவிக்கிறன. கருப்பின விடுதலையென்று ஒன்று இருக்குமாயின் அது கீழ்வருவது போன்ற நேர்மாறு பாடுகளை அடையாளங்கண்டுகொள்வதில் ஆரம்பமாகவேண்டும்.

Dr. Robert Staples பின்வருமாறு பேசுகிறார். "... கருப்பின விடுதலையில் கருப்பினப் பெண்ணின் வகிபாகம் முக்கியமானதும் மறக்கப்படக்கூடாததும். அவருடைய கருப்பையிலிருந்துதான் எங்கள் காலத்தின் புரட்சிகரப் போராளிகள் தோன்றினார்கள்" (Ibid) அவர் போலப் பேசுவது பல கருப்பின ஆண்களுக்குப் பெருமளவு பெருமிதமளிப்பதாயிருக்கிறது.

கருப்பினத்தவர்களின் மக்கட்தொகை வளர்ச்சியைக் கட்டுப்படுத்துவதற்கு மற்றவர்கள் செய்யும் தந்திரமே இந்தக் கருத்தடைச் சாதனங்கள் என்று கருத்தடைச் சாதனங்கள் தொடர்பான அசட்டையை நியாயப்படுத்துகின்ற அதே வேளையில் எத்தனை எதிர்கால கருப்பினப் போராளிகள் ஏதிலிக்காப்பகங்களில் நிராதரவாக விடப்படுகிறார்கள்? ஏன் புரட்சிகரச் சிந்தனையுள்ள இணையர்கள் இப்படியான ஏதிலிக் கருப்பினக் குழந்தைகளைத் தத்தெடுப்பதில்லை? "வேசைமகன்" என்னும் அமெரிக்கக் கருத்தாக்கம் எமது சமூகத்தில் கீழ்மையானதற்கு இணையாக நோக்கப்படுதலென்பது கருப்பு ஆங்கில மரபுகளை நாம் கைக்கொள்கிறோம் என்பதை எடுத்துக்காட்டுகிறதா? தங்களுடைய சொந்த அடையாளங்களைப் பிரதிபலிக்கவில்லை என்பதற்காகக் கருப்பினத்தவர்களும்

வெள்ளையினத்தவர் போலவே கருப்பினக்குழந்தைகள்மீது வேற்றுமை பாராட்டுகிறார்களா? அல்லது, கருப்பினத்தவர்களும், அதிக இனவெறியுள்ள வெள்ளையினத்தவர்களைப் போல, ஒரு குழந்தைக்கு உணவூட்டவோ அன்பு செலுத்தவோ, அக்குழந்தை அவர்களின் சொந்த இரத்தமாகவிருக்கவேண்டும் என்கிற நிபந்தனையை முன்வைக்கிறார்களா? போராட்டத்தின் முன்னணிப் பங்களிப்பாளர்கள் என்கிற Dr. Staples போன்றவர்களால் பக்தியுடன் எடுத்துரைக்கப்படுகிற கருத்தாக்கங்கள் “வேசைமகன்” என்கிற சொல்லின் இருப்பை அங்கீகரிக்கிறனவா?

”வேசைமகன்” என்கிற சொல்லை கருப்பினத்தவரின் மதிப்பீடுகளிலிருந்து அகற்றிவிடவேண்டும் என்பதாக யாரோ ஒருவர் முன்பொருமுறை முன்மொழிந்திருந்தார். அமெரிக்காவின் ஏதிலிக்காப்பகங்களிலிருக்கும் ஒவ்வொரு கருப்பினக் குழந்தையும் ஒன்று அல்லது ஒன்றுக்கு மேற்பட்ட கருப்பினப் பெற்றோரால் தத்தெடுக்கப்படும்வரைக்கும் ஐந்து வருடங்களுக்காவது கருப்பினத்தவர்கள் இனவிருத்தியை இடைநிறுத்திக்கொள்ள வேண்டும் எனக்கேட்பது அதிபுரட்சிகரமானதல்லவா? அதன் பின் கருப்பினத்தவருக்கு தொடர்ந்து இனவிருத்தி செய்வதற்கென ஒரு வலுவான காரணமிருக்கும். குழந்தைகள் பெண்களின் சமூக வகிபாகம் என்பதாகவோ, தொடரும் போராட்டத் தீக்கான எரிபொருளாகவோ கருதப்படமாட்டார்கள். கருப்பினத்தவர் இருக்கிற குழந்தைகளின் ஆற்றல்களைச் சரியாகக் கண்டடைந்து பயன்படுத்துவதன்மூலம் தம்மு?டைய விடுதலைக்கான போராட்டத்தை மென்மேலும் உரமூட்டிக்கொள்ளலாம். இவ்வாறு செய்வதன்மூலம் மானுடகுலவரலாற்றில் எந்த நவீன நாகரிகமும் செய்யாத ஒரு செயலைக் கருப்பினத்தவர் நிகழ்த்திக் காட்டுவதுடன், ஒவ்வொரு கருப்பினக் குழந்தையும் குறைந்தளவு பணியாளர்களுள்ள குழந்தைகளுக்கான தண்டனைப் பண்ணையின் ஒரு சிறு துண்டு நிலத்திலிருக்காமல் தனக்கென ஒரு இல்லத்தைக் கொண்டிருப்பதையும் சாத்தியமாக்கலாம்.

எங்களுடைய சொந்தக் குழந்தைகளையும், ஏதிலிக்காப்பகம் ஒன்றிலிருக்கும் திடகாத்திரமான கருப்பினக் குழந்தையையும் வேறு படுத்திக்காட்டுவது எது? அமெரிக்காவின் உயர்ந்தோர்தாழ்ந்தோர் மதிப்பீடுகளையும், “வேசைமகன்” என்கிற கருத்தாக்கத்தையும், அமெரிக்கச் சமூகம் எங்களுக்குக் கற்றுத்தந்த புரிதல்களையுந்தவிர அந்த ஏதிலிக்குழந்தையிடம் பிழையேதுமில்லை.

கருப்பின விடுதலை என்று நாம் குறிப்பிடும்போது அது கருப்பினப் பெண்ணின் விடுதலையையும் கருப்பின ஆணின் விடுதலையையுமே சுட்டிநிற்கிறது என நாம் அறுதியிட்டுக்கூற முடியும். கருப்பின மக்களின் விடுதலையென்பது அவர்கள் பெண்ணடிமைத்தனத்தை நிராகரிப்பதிலும், போட்டிதான் ஆண்களுக்கிடையே இருக்கக்கூடிய சாத்தியமான உறவுநிலை என்பதை நிராகரிப்பதிலும், பொதுவான மனித ஆற்றலுக்கான மரியாதையானது ஆண், குழந்தை அல்லது பெண் என்ற அடிப்படைகளைத் தாண்டி வழங்கப்படும் என்பதை மீள வலியுறுத்துவதிலுமே கருக்கொள்ளும்.

Frantz Fanon. *A Dying Colonialism,* New York: Grove Press, 1965, p. 107

Eldridge Cleaver, *Soul On Ice,* New York, McGraw Hill, 1968, p. 158

Robert Staples, *The Myth of the Black Matriarchy,* The Black Scholar, Jan.-Feb., 1970, p. 16